Tỳ Bà Ký
các bản Việt Ngữ

Kiều Oánh Mậu
Đoàn Tư Thuật & Nguyễn Khắc Hiếu
Nguyễn Bính

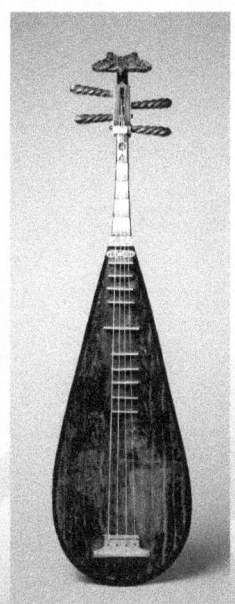

nguyên tác Cao Minh

nxb **Hàng Thị**
2024

Copyright © 2024 Tran, N.K.
Original works are in the public domain.
All rights reserved on annotations and additional materials.

Title: Tỳ Bà Ký
Subtitle: các bản Việt Ngữ
Authors: Kiều Oánh Mậu
            Đoàn Tư Thuật & Nguyễn Khắc Hiếu
            Nguyễn Bính
First US Edition 2024
Edited by Tran, N.K.

ISBN-13:   978-1-949875-31-7
ISBN-10:   1-949875-31-8

Printed and bound in the United States of America

Published by
Hàng Thị
Henrico, Virginia, USA
www.hangthi.com

Cover design: André Tran
Illustrations are from originals and various internet sources

Tranh do ChatGPT kiến tạo

Vào Đây Sẽ Gặp

Giới Thiệu Tổng Quát..iii
Tài Liệu Tham Khảo...vi
Tỳ Bà Quốc Âm Tân Truyện..1
   1. Thái gia đầm ấm cảnh an nhàn.......................................3
   2. Học hành là để chiếm công danh....................................5
   3. Thái Sinh đỗ Trạng thỏa bình sinh..................................9
   4. Lá ngọc cành vàng Ngưu Tiểu Thư.................................11
   5. Thái – Ngưu hai họ mối duyên trời................................14
   6. Trạng Nguyên ở rể dinh Thừa Tướng............................20
   7. Duyên mới sao tình cũ khó nguôi..................................23
   8. Chuyện xưa khôn giấu được người nay.........................25
   9. Ngưu Thừa Tướng liệu kế song toàn............................29
   10. Ăn cám nhường cơm bố mẹ chồng..............................33
   11. Thái Ông, Thái Mẫu cùng quy tiên..............................39
   12. Tỳ bà nâng bước vợ tìm chồng....................................50
   13. Ba năm tái ngộ xót bao tình...57
   14. Cuối cùng quan Trạng cũng vinh quy.........................67
   15. Một nhà vinh hiển chốn thành đô................................75
Truyện Tỳ Bà..77
   Mục Lục Các Hồi...78
   Các Người Trong Truyện...79
   Bài Tựa của Tản Đà..80
   Bài Tựa của Mao Thanh Sơn..83
   Hồi Thứ Nhất..85
   Hồi Thứ Hai..96
   Hồi Thứ Ba..103
   Hồi Thứ Tư...112
   Hồi Thứ Năm..118
   Hồi Thứ Sáu...131
   Hồi Thứ Bảy...145
   Hồi Thứ Tám..155

Tỳ Bà Truyện..169
   1. Ngày xưa ở quận Trần Lưu...................................171
   2. Đàn không là rượu mà say....................................172
   3. Lụa đào chưa lọt tay ai...176
   4. Xin cho được kết duyên lành.................................177
   5. Trăm năm kết một dải đồng..................................178
   6. Thi Hương, thi Hội, thi Đình..................................181
   7. Đến giờ lên ngựa phân ly......................................185
   8. Một lòng chín nhớ mười thương............................187
   9. Đêm nay lại nhớ đêm nào.....................................190
   10. Thang mây đều bước công danh........................191
   11. Trai tài gái sắc vừa đôi..193
   12. Chọn ngày làm lễ thành thân..............................197
   13. Đổi thay chớp mắt tình đời..................................200
   14. Tảo tần thương một thân đơn..............................202
   15. Thác về đôi ngả âm dương.................................207
   16. Tỳ bà ai oán vì ai..211
   17. Nhất tâm bỏ ngãi quên vàng................................216
   18. Nàng đi hạc nội mây ngàn...................................220

Phụ Lục...222

Giới Thiệu Tổng Quát

Tỳ Bà Ký là tên một vở ca kịch cổ (thể loại Nam Hý) do Cao Minh (1305-1370), còn gọi là Cao Đông Gia, một kịch tác gia ở cuối đời Nguyên trước tác. Vở kịch này xoay quanh cuộc đời lận đận của Triệu Ngũ Nương, người vợ tao khang của nho sĩ Thái Ung, tức Thái Bá Giai.

Triệu Ngũ Nương có tuyệt kỹ đánh đàn tỳ bà. Lấy nhau được hai tháng, Bá Giai theo lịnh cha, lên đường về kinh đô dự thi, và đậu đầu bảng. Trong tiệc mừng tân khoa, Ngưu Thừa Tướng để ý Bá Giai và muốn gả con gái cho chàng. Nhà vua cũng hạ chiếu phong quan tước cho Bá Giai và ra lệnh tác thành hôn phối. Buộc lòng ở lại kinh đô để nhận chức và lấy con gái Ngưu Thừa Tướng, Bá Giai vẫn mong về quê đoàn tụ với cha mẹ và Ngũ Nương.

Suốt thời gian đó, Ngũ Nương vẫn hết lòng chăm sóc cha mẹ chồng, với sự giúp đỡ tận tình của Trương Công, một người hàng xóm. Khi nạn đói xảy ra, nàng đã ăn cám, nhường cơm cho hai ông bà, nhưng rồi hai người vẫn nối nhau qua đời. Bán hết gia sản, tư trang, cả mái tóc dài để lo việc tống táng, nàng lên đường đi tìm chồng, mang theo chiếc tỳ bà và bức họa cha mẹ chồng.

Ở kinh đô, Ngưu Tiểu Thư, vợ mới của Bá Giai, thấy chàng hay buồn khổ, tra gạn và biết được thực trạng của chồng, xin cha cho phép Bá Giai được về quê. Thay vì cho Bá Giai về quê, Ngưu Thừa Tướng cho gia nhân tìm đến quê Bá Giai, nhưng đến nơi thì biết tin ông bà đã mất, còn Ngũ Nương thì đã bỏ xứ ra đi. Bức họa Ngũ Nương mang theo lạc vào tay Bá Giai trong một lễ hội ở chùa. Nàng tìm đến tư dinh, gặp vợ mới của chồng, được người này sắp xếp để tái ngộ với Bá Giai. Nhận ra Ngũ Nương, biết được tin nhà, Bá Giai dẫn cả hai người vợ về quê chịu tang.

Tỳ Bà Ký thật ra thoát thai từ một vở kịch cổ xưa có tựa là **Triệu Trinh Nữ**. Trong vở này, cả hai nhân vật chính đều có kết cuộc bi thảm: Ngũ Nương bị ngựa dày và Bá Giai bị sét đánh chết.

Trong Anh Ngữ, *Tỳ Bà Ký* đã được Jean Mulligan dịch toàn văn, nhan đề *The Lute : Kao Ming's P'i-p'a chi*, Columbia University Press (ISBN 0231047606) xuất bản năm 1980 tại New York. Trước đó, Broadway đã công diễn một vở nhạc kịch mang tên *Lute Song* từ năm 1946, với hai diễn viên chính là Yul Brenner and Mary Martin. Vở này đã in thành sách, với tác giả là Sidney Howard and Will Irwin, phần âm nhạc do Raymond Scott soạn, và Bernard Hanighen viết lời ca.

Có học giả cho rằng có thể *Lute Song* đã được dàn dựng theo bản dịch Pháp Ngữ năm 1841 của Antoine Pierre Louis Bazin, nhan đề *Le Pi-Pa-Ki: Ou, L'histoire Du Luth*, do L'Imprimerie Royale in năm 1941 tại Paris[1].

Về Việt Ngữ, hện nay chúng ta có ba bản.

Bản chữ Nôm *Tỳ Bà Quốc Âm Tân Truyện* của Kiều Oánh Mậu (1854-1911) ra đời khoảng 1890, được khắc in năm 1912, rồi chép tay và phiên âm ra quốc ngữ. Phóng ảnh pdf của bản in từ bản chép tay (khoảng 1946-1956) do Yale University lưu trữ[2]. Viết theo thể thơ lục bát, thi pháp không đặc sắc, hành văn tối nghĩa, nhưng *Tỳ Bà Quốc Âm Tân Truyện* của Kiều Oánh Mậu theo khá sát nguyên tác của Cao Minh. Tuy nhiên, khác với phiên bản chính thức của *Tỳ Bà Ký* (xuất hiện vào đời Minh) hiện được lưu hành rộng rãi với nội dung đã tóm tắt như trên, *Tỳ Bà Quốc Âm Tân Truyện* có vẻ như dựa theo một phiên bản khác. Phần kết của phiên bản này có thêm đoạn Thái Bá Giai đưa Triệu Thị và Ngưu Thị trở về Trần Lưu như một cuộc vinh quy muộn, rồi Ngưu Thừa Tướng cũng đích thân mang chiếu nhà vua đến tuyên dương ngôi làng hiếu nghĩa. Khi hiệu đính bản này, ngoài việc chỉnh vài chỗ phiên âm không chắc đúng bản Nôm, chúng tôi chỉ sửa những lỗi chính tả rõ rệt như d-gi-r, ch-tr, s-x,...

---

1 https://www.google.com/books/edition/Biba_ki/e3QuAAAAYAAJ?hl=en&gbpv=1&pg=PA3

2 https://findit-uat.library.yale.edu/catalog/digcoll:13740

Bản ***Truyện Tỳ Bà*** do Đoàn Tư Thuật & Nguyễn Khắc Hiếu dựng lại thì có hình thức một vở kịch, do Tản Đà Thư Điếm xuất bản năm 1923[1]. Theo lời tựa của Nguyễn Khắc Hiếu, tức Tản Đà, thì kịch này, do Đoàn Tư Thuật phóng tác, có trên 40 hồi, đã được Tản Đà san nhuận, lược bỏ khoảng 15 hồi, sắp xếp lại bố cục, và rút gọn để chỉ còn 8 hồi. Bản này khác với tất cả các bản đã nêu trên, không có phần cuối "có hậu", tức là không có việc hòa giải, đoàn tụ của các nhân vật chính.

Bản ***Tỳ Bà Truyện*** của Nguyễn Bính, cũng viết theo thể thơ lục bát, dường như hoàn tất khoảng năm 1942. Có thể coi đây là truyện phóng tác thì đúng hơn, vì Nguyễn Bính đã thêm nhiều tình tiết, đổi ngược tâm tính nhân vật chính, lược bỏ nhiều nhân vật phụ, mà phần kết lại mô phỏng bản của Tản Đà, và dùng hẳn nguyên văn một đoạn ngắn trong bản này. Không có bản gốc, chúng tôi dựa theo bản in trong **Việt Nam Thi Nhân Tiền Chiến** của Nguyễn Tấn Long và Nguyễn Hữu Trọng, Sống Mới xuất bản, quyển Thượng, ấn bản kỳ nhì (1968), sửa vài lỗi ấn loát, có đối chiếu với các dị bản trên mạng.

Xuất bản tập sách nhỏ này, chúng tôi chỉ có một mục đích là gom lại một chỗ những tinh túy của người trước về cùng một đề tài, hầu giúp việc học hỏi, nghiên cứu sau này được dễ dàng hơn.

Henrico, cuối xuân 2024
N.K.

---

1 http://sach.nlv.gov.vn/sach/cgi-bin/sach?a=d&d=NFptjzgevk1923.1.1&srpos=1

Tài Liệu Tham Khảo

Các Ấn Bản

Đại Tự Điển Chữ Nôm - Vũ Văn Kính - nhà xuất bản Văn Nghệ TP HCM tái bản 2005

Việt Nam Tự Điển - Hội Khai Trí Tiến Đức - nhà in Trung Bắc Tân Văn Hà Nội 1939

Việt Nam Tự Điển - Lê Văn Đức & Lê Ngọc Trụ - nhà sách Khai Trí Sài Gòn 1970

Từ Điển Tiếng Việt - Trung Tâm Từ Điển Học - nhà xuất bản Đà Nẵng 1997

Tì Bà Quốc Âm Tân Truyện - Kiều Oánh Mậu (1891) - Hàng Đào Áng Hiên Tàng Bản khoảng 1946-56

Truyện Tỳ Bà - Đoàn Tư Thuật & Nguyễn Khắc Hiếu - Tản Đà Thư Điếm 1923

Việt Nam Thi Nhân Tiền Chiến - Nguyễn Tấn Long & Nguyễn Hữu Trọng - Sống Mới Sài Gòn ấn bản kỳ nhì 1968

Thi Kinh Quốc Phong - bản dịch Kim Y Phạm Lệ Oanh - tủ sách Cành Nam Virginia 1997

Các Trang Mạng

Nôm Lookup Tool
   https://www.nomfoundation.org/nom-tools/Nom-Lookup-Tool

Từ Điển Hán Nôm
   https://hvdic.thivien.net

Wiktionary
   https://en.wiktionary.org/wiki/

Kho Tài Liệu

   https://www.google.com/books/
   https://library.yale.edu/
   http://sach.nlv.gov.vn/sach/cgi-bin/sach

Tỳ Bà Quốc Âm Tân Truyện

Kiều Oánh Mậu

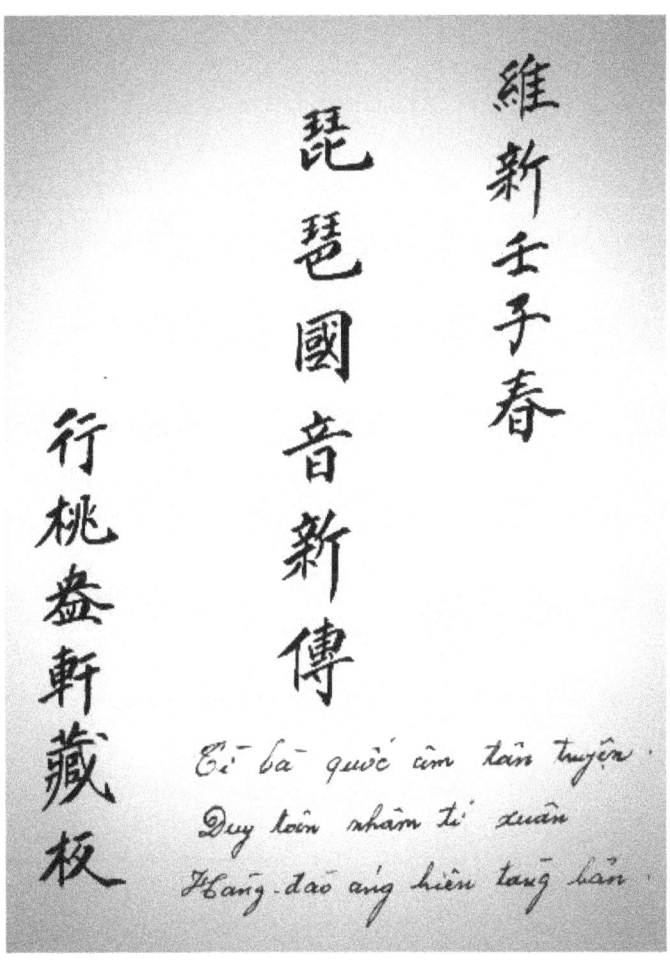

Người hiệu đính mạn phép phân đoạn
và đặt tiểu tự cho mỗi đoạn.

1. Thái gia đầm ấm cảnh an nhàn

Duyên đâu ba sợi tơ hồng
Mối tình buộc chặt vào trong cương thường
Xiết bao nấu sắt nung vàng
Tấm son để lại làm gương trên đời
Thiếu chi những truyện sách ngoài
Nào câu hoa nguyệt nào nhời tình duyên
Kìa u quái, nọ thần tiên
Việc ngoài phong hóa có truyền đâu xa
Nhớ xưa hiếu nghĩa một nhà
Góp thêm chữ nhượng nên ba chữ tuyền
Lại sau danh tiếng để truyền
Tiếng hay đến cả láng giềng cũng hay
Tỳ Bà Tiểu Ký còn đây
Người này tài tử, bút này họa công.

Đời Viêm Hán có Thái Ung
Bá Giai tên chữ vốn dòng thư hương
Tiếng kinh chàng Đổng trong màn
Tiếng cầm trên tiệc Chu lang giật mình
Mười năm đèn tuyết lửa huỳnh
Tài cao học rộng nức danh trang đài
Phúc nhà vận nước còn dài
Còn nghề bút trận còn tài chiếm khôi
Quyết khoa, mình chắc mình rồi
Chào mai hỏi quế đợi hồi sang xuân
Trên thềm còn có song thân
Xuân thu kể đã tám tuần cả đôi
Đạo con, dưới gối là vui
Tam công dễ đổi lòng nuôi một ngày
Sớm khuya ai đỡ đần thay
Ngũ Nương họ Triệu người này chủ trương
Trần Lưu duyên mới đưa đường
Nay vừa hai tháng hoa đương bén cành

Da tuyết trắng, tóc mây xanh
Chiều xuân liễu yếu, vẻ thanh mai gầy
Pha nghề thi họa đều hay
Tỳ bà một khúc lại tay nữ tài
Kể chi thông tuệ tư giời
Kể trong tứ đức mấy người đời nay
Tảo tần phó thác tử ngày
Vợ chồng hòa thuận vui vầy mẹ cha.

Xuân về rồi lại xuân qua
Xuân quên người cũ người già thêm xuân
Đầu năm mừng tuổi chén dâng
Chúc câu mi thọ nối vần thơ Mân[1]
Vừa khi mỹ cảnh lương thần
Hoa thềm gió thoảng liễu sân bóng dừng
Tính ngày tính tháng tính chừng
Một năm một tuổi một mừng một lo
Chúc xin trời để tuổi cho
Xuân huyên đôi bóng trăm mùa xuân hoa
Ông rằng:
- Ta muốn con ta
Quyển vàng sớm được đổi ra đai vàng.

Bà rằng:
- Kìa thú đình lan
Giời cho con một cháu đàn những mong
Vui là vui thực ở trong
Thú điền viên đó lọ công với hầu.

Sinh rằng:
- Nhờ phúc dài lâu
Xin cho con đến bạc đầu thừa hoan.

Một nhà trò chuyện thanh nhàn
Dâu con sum hợp một đoàn trúc mai

---

[1] Thơ Mân: thơ Mân Phong (豳風), trong Kinh Thi.

Hoa xuân thêm rạng áo lai
Rượu xuân thêm rót đầy vơi chén quỳnh
Ven nhà có núi xanh xanh
Diễu thềm có nước chảy quanh rì rì
Cảnh xuân non nước thanh kỳ
Cảnh người hầu dễ mấy khi xuân hòa
Hoàng kim muôn lạng chửa là
Một nhà vui vẻ bằng ba kho tiền.

2. Học hành là để chiếm công danh

Thọ trường còn dở cuộc tiên
Trên triều vừa thấy cầu hiền bảng ra
Công sai có sứ đến nhà
Lấy điều thân lão thiết tha có từ
Nào hay tên lọt thượng tư
Ngày mai lại tiếp có tờ giục đi
Ép nhau phú quý làm chi
Đình vi vui thú xuân vi vội gì
Tình riêng ngơ ngẩn nhưng vì
Trông gương mà ngắm tuyết ty song đường
Đế kinh kể mấy dặm trường
Chiêm bao chưa dễ đến trường thi ngay
Muôn chung báo đáp chửa hay
Hai thân ở đó một ngày vắng sao
Trên đầu lồng lộng giời cao
Tấm thành một điểm ai nào biết cho
Còn đương suy nghĩ quanh co
Quảng Tài Trương[1] *Lão tới dò thăm tin*
Xưa nay cạnh ở láng giềng
Sớm khuya tắt lửa đỏ đèn có nhau
Là người nghĩa quý nhân giàu
Ngàn vàng hồ dễ bấy lâu mua gần

---

[1] Người láng giềng họ Trương tên Quảng Tài.

Thấy ông bạch phát cũng thân
Thấy chàng tài học thanh xuân cũng mừng
Thấy nhời bảo chiếu vang lừng
Rồng mây gặp hội đè chừng khuyên đi
Khuyên rằng
 - Chớ lại hồ nghi
Cung mây đè sóng nam nhi sẵn tài
Hiển dương chẳng kém với đời
Bước tang bồng để chậm người thế ru?
Nung kinh nấu sử mười thu
Bia xanh[1] để đến bạc đầu việc chi.

Nghe nhời Sinh vẫn còn nghi
Ông bà quen tiếng tức thì đều ra
Ông rằng:
 - Vua đã khai khoa
Hành trang con phải kíp mà thẳng dong
Công danh ai kẻ chẳng mong
Kìa tình lân hựu Trương Ông cũng rằng.

Bà vừa nghe nói vùng vằng:
 - Rằng ông dạy thế sao chăng nghĩ nhời
Tà tà bóng đã xế rồi
Đợi người bẻ quế trên giời dễ đâu
Há rằng năm rể mười dâu
Một con vắng đó ai hầu đỡ chăng
Ngày xưa thuần hiếu thầy Tăng
Tiếng khen còn đó há rằng phải thi
Công danh phú quý vội gì
Giời kia dành để lọ khi phải cầu.

Theo nhời Sinh mới thưa sau:
 - Mẹ nay dạy phải, cha dầu xin nghe
Chức đâu áo gấm về quê
Bước đi một bước ngày e một ngày.

---

1   Bia xanh: bia đá màu xanh, khắc tên các Tiến Sĩ.

Trái tai ông vội gạt ngay:
- Việc ngoài ngàn dặm ngồi đây biết gì
Những điều định tỉnh phù trì
Ấy là tiểu tiết, hiếu kia cũng thường
Sao cho thân hiển, danh dương
Trước cho rạng dấu thư hương trong nhà
Sao cho tuổi tác hai già
Thấy con áo gấm là ta vui tình
Rồi ra năm vạc ba sinh
Cho rằng chín suối bóng linh cũng mừng
Hay là còn mãi gió giăng
Ân ân ái ái chưa giẳng cho ra
Làm giai muôn dặm chí xa
Nỡ nào nghe vợ trái cha cho đành.

Quỳ ngay Sinh mới giãi trình:
- Rằng con có thể chứng minh có giời
Sợ cha đành phải vâng nhời
Ở nhà thị dưỡng ai người cậy thay.

Trương Ông thấy nói đỡ ngay:
- Rằng đây bạn lão được ngay gần nhà
Cánh hồng xin gắng bay xa
Vâng sau thiếu thốn đỡ ta ít nhiều
Nghĩa cao biết mấy non cao
Một vâng ấy nặng biết bao nhiêu vàng.

Tạ tình vừa mới giã Trương
Trở vào đã thấy Ngũ Nương sụt sùi:
- Nghe chàng muốn dặm xa xôi
Mộng xuân một giấc bồi hồi đêm qua
Tóc mây đôi mái rối xoa
Trông gương mà thẹn với hoa chăng này
Hỏi chàng tài học xưa nay
Câu trong khúc lễ sau rày quên đi
Cao lương miếng bả ngon gì
Mà mùi thúc thủy nỡ thì nhạt ngay

Lạ lùng mới sáu mươi ngày
Xuân già huyên cỗi sau này để ai
Láng giềng là nghĩa vãng lai
Thịt xương đem gửi người ngoài đành âu.

Nghe nhời như gợi lòng nhau
Càng ngồi càng nghĩ càng đau càng rầu
Rằng:
- Ta lòng có thế đâu
Rành rành nghiêm mạnh trên đầu dám sai
Nhời này dặn lại một hai
Hai thân tuổi tác chiều người dễ đâu
Khi khuya khi sớm chực chầu
Khi vui chén rượu khi hầu bữa cơm
Trước là hiếu phụ tiếng thơm
Sau cho du tử được cam tấm lòng.

Nàng rằng:
- Khuya sớm việc trong
Phận dâu há phải đợi chồng đinh ninh.

Tấc lòng chín khúc rối quanh
Ngỏ ra những sợ mối tình bận thêm
Nói chi hoa sớm giăng đêm
Nói chi tưởng nhớ ở bên trường đình
Chín e phận gái một mình
Thềm cao ngọn đuốc trước mừng gió qua
Chàng thời một bước một xa
Biết bao giờ lại một nhà với nhau
Hay là vui thú hồng lâu
Ba năm một giấc Dương Châu chưa chầy
Tiếng mang bạc hạnh đã đầy
Chờ khi tỉnh dậy tình nay mặc tình
Cái thân bồ liễu đã đành
Gốc dâu đôi bóng việc mình nghĩ sao
Mấy câu ngọc nắm vàng trao
Ruột đau từng đoạn lệ chao từng hàng

Dặn rồi riêng lại phàn nàn
Nay ta tâm khúc với chàng đinh ninh
Chắc rằng tình có nhớ tình
Hay mình mình nói, lại mình mình hay
Bây giờ một chén vơi đầy
Rồi ra mặt bể chân mây một giời
Nhà trong chưa nỡ tay rời
Nhà ngoài ông đã tới nơi giục liền
Bái từ, Sinh mới lên thuyền
Trên lầu nàng đã đứng nhìn theo ra
Cánh buồm ngảnh lại xa xa
Tương tư một mối sầu pha đôi đàng
Mái chèo lẫn sóng nghênh ngang
Vời trông thăm thẳm mây vàng nước xanh
Nàng vào nước mắt dám quanh
E trên bác mẹ động tình gạt ngay.

3. Thái Sinh đỗ Trạng thỏa bình sinh

Sinh từ gió thuận hồng bay
Giăng đêm điếm cỏ liễu ngày cửa quan
Dưới thuyền sầu chứa nặng khoang
Chèo nào cất được nhẹ sang Hoàng Hà
Trên đường phiền xếp đầy xa
Ngựa nào cất được vợi qua khách đình
Cố hương ngảnh lại thương tình
Bên bờ đón những mai xanh hoa tàn
Mấy từng ngọn núi Thái Hàng
Mắt trông mây trắng lệ tràn áo xanh
Năm canh bên quán Lạc Thành
Vẳng tai tiếng quốc quặn mình trông chăn
Giang sơn nghĩ lại thương thần
Lợi danh Nam Bắc phân vân chật đường
Những ai áo nhiễm bụi vàng
Chờ khi bày trận bút trường quán quân

Những ai lạo đảo phong trần
Ước ao theo khách tới gần Thiên Thai
Lại ai nát rượu dông dài
Gới tên Cống Viện mà người túy hương
Lại ai ruộng sách bỏ hoang
Khoe tài Khôi Thám trong phường Bình Khang
Khoa thi kể có mấy ngàn
Đã hai phần gác ngoài trường như không
Công danh còn một phần trong
Trên đường bóng lục mưa hồng chen chân
Chung thiên một hội Long Vân
Một người riêng nặng với xuân mười phần.

Đế kinh trông đã gần gần
Lý đào chực nở trước sân Đông Hoàng
Chín lần sắc mệnh khảo quan
Chủ tinh trên tọa rõ ràng Văn Xương
Văn thi phú sách tam trường
Phép thi thi đủ tài lang mọi nghề
Câu văn câu phúc đôi bề
Dẫu thần thế cũng trở về tay không
Cửa thiên môn yết bảng rồng
Trạng Nguyên tên rõ Thái Ung tên bày
Sớm kia điền xá một thầy
Gặp duyên hội ngộ hôm nay thềm vua
Nức tin hoa cũng nở đua
Gấm trong thành Lạc còn thua vẻ hồng
Thượng lâm thẳng lối ngựa dong
Cành hoa thứ nhất hẳn không ai nhường
Dưới hoa mấy ả phấn hường
Thu ba sóng lặng bằng dường quen ai
Ba ngày lệ cũ du nhai
Yến mời oanh rước đón ngoài Trường An
Trâm bào song tịch Khúc Giang
Hồng lâu ca tửu lại càng phong tao

Ơn trên mưa dãi móc dào
Bụi trần giữ sạch thảo mao dấu hèn
Người đồng bảng khách thần tiên
Nào thơ nào phú nào nguyền ba sinh
Khuyên nhau trung hiếu phận mình
Vân đài bút vẽ lấy hình sau đây
Phồn hoa giấc mộng đêm nay
Tiếng chuông trong cấm sớm ngày tỉnh ra.

4. Lá ngọc cành vàng Ngưu Tiểu Thư

Phấn vua trang điểm mới là
Tấm lòng nay thỏa ở nhà người mong
Tạ ơn lạy trước bệ rồng
Trạng Nguyên tài mạo cửu trùng khen yêu
Vừa khi Ngưu Tướng vào triều
Chỉ truyền:
- Ngươi có gã kiều Tiểu Thư
Ta làm Nguyệt Lão xe tơ
Tiểu Thư với Trạng xe vừa tốt đôi.

Cho hay tiền định có giời
Ép duyên thục nữ với người văn danh
Tiểu Thư cửa tướng nhà khanh
Kén chồng vừa tuổi xuân xanh đến thì
Nhác coi dáng dấp nhu mì
Mặt như ngọc, chẳng tí ti vết bày
Kỹ trông nề nếp khoan thai
Lòng như tuyết chẳng mảy may bợn trần
Ở trong gấm trướng hồng quần
Mà yêu nhã đạm, ghét phần xa hoa
Vốn nhà đài các sênh ca
Mà tay kim chỉ tại xa Bá đàn[1]
Bấy lâu khuê các giữ giàng
Phong tình mặc kẻ mơ màng ước ao

---

1   Bá đàn: chỉ nghệ thuật đàn của Bá Nha.

Lòng xuân ai dễ lọt vào
Họa là cửa sổ giăng cao soi người
Nét thu nào thấy ngắm ai
Có chăng màn thúy gió ngoài thoảng sang.

Ngày đêm hầu hạ đài trang
Một người lão mỗ, một nàng Tích Xuân
Vừa khi hoa liễu đầy sân
Tích Xuân đã động mấy phân xuân tình
Qua chơi, rủ mỗ với mình
Dắt tay tới chốn viên đình thăm hoa
Vẻ sang theo gót chủ nhà
Thị nhi mà cũng lượt là phong lưu
Nực cười câu thúc bấy lâu
Được khi phóng túng dở câu bày trò
Đua ta quay bổng tít mù
Cách tường người ngỡ tiên cô đó mà
Rụng rời gặp Tiểu Thư ra
Tích Xuân trơ đó, mỗ già lánh đâu
Tiểu Thư răn bảo trước sau
Mấy nhời trong chốn trang lâu ân cần
Xuân rằng:
- Tôi gọi Tích Xuân
Trót mang xuân sự vào phần tiếc thương
Mưa hoa hạnh, gió cành dương
Oanh đầu tường gọi, quyên sườn núi bay
Kìa ai náo nức cõi tây
Bóng xe dưới liễu, dấu giày ngoài hoa
Buồn rầu bọn thiếu niên ta
Buồng the vắng ngắt xuân già có khi.

Dạy rằng:
- Hầu gái phận mi
Nói chi những việc giai đi ngoài đường
Xuân giới chín chục thiều quang
Xuân người mãi mãi vẫn thường xuân hoa

Lo gì liễu võ oanh già
Hồng nhan buộc lấy mối đa tình này.

Mấy nhời vàng đá khôn lay
Tích Xuân nghe đó sợ thấy xiết bao
Rằng như tiên chốn động đào
Thuyền ngư chưa dễ chống sào hỏi ai
Từ rày cửa khóa then cài
Mưa chiều mây sớm, mặc ngoài gió đông.

Buồng loan dạy dỗ vừa xong
Trên triều vừa buổi Tướng Công về nhà
Ngâm câu thoái thực uy xà [1]
Còn mùi hương cấm thơm ra áo chầu
Nghĩ mình sương tuyết trên đầu
Người tao khang vắng bấy lâu năm ròng
Sinh ra gái cũng vui lòng
Môn mi sáng vẻ những trông mong nhiều
Nhìn coi phong vận tiểu kiều
Có gương phúc lộc có chiều nết na
Rể hiền kén mặt tài hoa
Đẹp duyên bói phượng cũng ra con nhà
Rác tai nghe chuyện hôm qua
Tích Xuân, lão mỗ vườn hoa rong càn
Con nay chưa biết giữ giàng
Ngày mai thêm một tiếng bàn gần xa
Nhà trang đài Tiểu Thư ra
Tích Xuân cùng với mỗ già biểu qua
Rằng:
- Nay ở đấy con ta
Người mai xuất giá rồi ra con người
Dạy con nữ huấn mấy nhời
Trong khuê các chớ tăm hơi ra ngoài

---

1 Thoái thực uy xà (退食蜲蛇): đúng ra phải đọc là *thoái thực ủy di*, nghĩa là bãi chầu, về nhà nghỉ ngơi thoải mái.

Mỗ kia khuyên bảo con người
Tích Xuân kia chớ là lơi phong tình.

Thấy nhời nghiêm huấn rành rành
Tiểu Thư mình nghĩ nỗi mình tủi thương
Trẻ thơ xa bóng huyên đường
Mọi điều nữ tác chưa thường được nghe
Cha thời mấy lúc đi về
Thương con nay phải ủ ê hết nhời.
- Mỗ này phải nhớ khuyên tôi
Tích Xuân thời phải nhớ người dạy đây.

Trở vào khép cánh cửa mây
Bút nghiên khi rỗi, dệt may ngày thường
Cành hoa gìn giữ màu hương
Bướm ong xào xạc bên tường mặc xuân.

5. Thái – Ngưu hai họ mối duyên trời

Gác vàng gió mát mưa nhuần
Lòng vua quyến chú lão thần bấy nay
Nào khi canh điện đêm ngày
Tấc gang soi xét niềm tây mọi điều
Trâu già thấy nghé ấp yêu
Vì cha cho đến nữ kiều cũng sang
Mai tiên chầu sở Ngọc Hoàng
Giáng tiên tên cũng lọt màn pha hương
Chủ hôn vâng chỉ vua ban
Tạ ân Lão Tướng vội vàng bước ra
Mừng thầm Trạng nước rể nhà
Nghị thân mới gọi mụ bà dạy ngay
Dạy rằng tác hợp duyên này
Nay thôi cậy mụ tới nơi đưa nhời
Hôn nhân chẳng cứ luận tài
Hôm nay phụng chỉ là giai phối kỳ
Mụ thưa việc ấy khó chi
Một là lời dụ đan trì phân minh

Hai là Tướng Quốc uy danh
Ba là tài mạo trong mình Tiểu Thư
Núi Côn[1] giá ngọc chẳng bì
Mà duyên kim thất đã thừa phong quang
Tên bình bắn lọt tin sang
Việc thân xin hẳn thành toàn hôm nay
Một mai rồng đã có vây
Trà tôi nương bóng lại may duyên già
Vâng nhời mụ mới bước ra
Theo tên Viện Tử tới nhà Trạng Nguyên
Sinh vừa quán khách dở buồn
Cửa trong nửa khép hoàng hôn mưa ngoài
Một mình thở ngắn thở dài
Bóng đèn soi với bóng người là hai
Cửa làng đứng tựa kìa ai
Giọt hồ ngắn, nước mắt dài năm canh
Trên lầu sáo thổi vắng tanh
Tình chung một đoạn sầu đành đôi nơi
Du nhai ban yến mới rồi
Hoa thôi càng nhớ rượu thôi càng rầu
Thoắt trông dáng lạ người đâu
Hỏi ra mới biết người hầu phủ Ngưu
Lắng nghe chuyện nói trước sau
Ai thóc mách đó biết đầu đuôi sao
Này đây ty thỏ đã trao
Dây mơ rễ má cuốn vào nhau chi
Mụ nghe quê kệch cười khì
Rằng:
- Trong Tướng phủ có khi người hèn
Thanh tân một ả thiền quyên
Đã dòng băng tuyết lại màu thi thư
Ngát lừng mùi xạ thơm đưa
Xuân chừng đôi tám mai vừa bảy ba

---

[1] Núi Côn: núi Côn Lôn (崑崙山)

Gương trang soi mặt Hằng Nga
Đợi người điện Quế bạn ta cung Hàn
Trên là nhời dụ vua ban
Nhà nho vu khoát từ nan nỗi gì.

Sinh rằng:
- Há có nghĩ chi
Xa xôi nghĩ chốn đình vi mọi người
Một mình cách một phương giời
Thịt xương tơ tóc đứng ngồi sao yên
Người nay là bạn thần tiên
Ở đây giống ngọc Lam Điền thiếu chi
Giàu sang trong chốn đế kỳ
Hằng Nga ôm ấp cứ gì thư sinh
Vả trong còn nhẽ còn tình
Nhời thân vắng đó sao đành lễ kia.

Mụ rằng:
- Chấp nệ làm chi
Đã nhời quân tướng một khi cần quyền
Bằng nay có trái lòng trên
Sợ khi sấm sét việc nên tày giời.

Sinh rằng:
- Thôi chớ phí nhời
Tự ta đành bụng thêm ai nặng tình
Hẳn là thượng dụ phân minh
Từ hôn chẳng được cũng đành từ quan.

Mồi ngon cá chẳng đua đàn
Nước thuyền giăng sáng hồ khoan chèo về.
Mụ còn khúc khích rằng quê
Ra cùng Cửu Viện những chê những bàn
Thiền quyên dễ mấy người ngang
Anh hùng nào đấy mà toan cưới rồng
Thư sinh kia vẫn mình cùng
Đào hồng đâu đó mà hòng bạn loan.

Tiếng đồn dậy khắp Trường An
Nực cười chị chủ, ghê gan anh chàng
Ngưu Công nghe nói băn khoăn
Căm lòng đem sợi xích thằng buộc đi
Trong triều lui tới mấy khi
Thi gan ra sức cả vì việc tư
Mối tình giằng lại khư khư
Hôn chưa từ được, dễ từ được quan
Lưới tơ đem buộc phượng loan
Lồng châu đem nhốt uyên ương bấy giờ
Tin ngoài lọt đến Tiểu Thư
Buồng hương luống những ngẩn ngơ cho tình
Nghĩ nhời quân phụ phải đành
Duyên ai đã trái với mình thời thôi
Chim kia cánh khác bay rồi
Lại còn chắp gượng lông đôi sao liền
Hoa kia tưởng cách một bên
Lại còn chịu có cành trên sao rồi
Làm chi một tiếng để đời
Thân ngàn vàng phải mượn người bán rao
Cầu Lam chày ngọc chưa trao
Chàng Bùi há dễ hỏi vào Vân Tiên
Việc mình nói lấy chẳng nên
Cậy già ngăn gián cha trên một nhời
Mỗ rằng:
- Việc đến tâu rồi
Tướng Công đã định phận tôi nói gì.

Xoay giời quyền thế ai bì
Trạng Nguyên có chỉ đan trì ra ngay
Nghị Lang thanh yếu chức này
Quan trong rày phải đêm ngày chốn công
Sinh nghe nước mắt ròng ròng
Biểu tư sớm đã đem lòng giãi lên
Trai thành ngồi đợi suốt đêm
Tảo triều vừa lúc ở trên bệ vàng

Một giời dám trái tấc gang
Quỳ quỳ lạy lạy hai hàng sân hoa
Khấu đầu dưng biểu tâu qua:

  Nỗi thân già yếu nỗi nhà cô đơn
  Mãi Thần xưa gặp Tiên Hoàng
  Cối Kê còn được làm quan đất nhà
  Tương Như cầm tiết cõi xa
  Thăng Tiên còn được ngựa xe qua kiều
  Tôi, Ung, may gặp thánh triều
  Được về thị dưỡng là điều quân ân
  Đài gương tựa bóng quyền môn
  Bố kinh đã có sao còn dám mong
  Trần tình khẩn thiết một phong
  Đuốc giời họa xét tấm lòng từ ô.

Biểu dưng, bụng nghĩ lại lo
Ngọ môn thơ thẩn nhỏ to khấn giời
Chỉ vua vừa xuống đến nơi
Hoàng môn vâng mệnh đem nhời tuyên ra:

  Nghị Lang chức ở giúp ta
  Xét nhầm giữ trái lòng đà chưa quên
  Hôn nhân việc định ở trên
  Tự lòng sư tướng phải nên khúc tòng.

Tạ rồi Sinh mới ngại ngùng
Buồng gan chỉ quấn, khúc lòng kim châm
Cao cao biết mấy ngàn tầm
Dễ đem bụng kiến mà căm cho giời
Nghĩ mình muôn dặm xa khơi
Thân già vợ trẻ một nơi sao đành
Ngoài kia khuya sớm vắng tanh
Trong này tin tức bấp bênh chưa tường
Ngoài kia mong mỏi mắt vàng
Trong này những khóc hai hàng ráo khan
Biết đâu muôn sự vẹn toàn
Chết người thâm bấy từ đan chiếu này:

\- Hoàng môn quan có thương thay
Vì tôi xin đến sớm ngày lại tâu.

Hoàng môn rằng:
- Có lẽ đâu
Đến điều phiền độc sợ âu lôi đình.
Mệnh vua Nam Bắc phải đành
Trạng Nguyên xin chớ vương tình nhà trong
Quân thân cũng một đạo chung
Người ta ai dễ hiếu trung lưỡng toàn
Huống chi nay lại thăng quan
Càng thêm vinh hiển song đường sợ chi
Ví bằng chinh chiến xa đi
Đến điều vì nước có khi quên nhà.

Bực mình chẳng dám nói ra
Gió đông một trận đành ta theo giời.

Tạ về, Sinh chửa đến nơi
Theo chân đã thấy có người mối đây
Bước vào mối mới nói ngay:
- Tướng Công đã định hôm nay giai kỳ
Trạng Nguyên sắm sửa sớm đi
Nhân duyên tiền định dễ thì đổi ra.

Sinh rằng:
- Giời những xa xa
Việc người đã trái lòng ta lắm rồi
Kềm danh khóa lợi trên đời
Bỗng dưng lồng buộc lấy người nào đâu
Lại thêm phượng thúc loan câu
Dây oan thắt lại gỡ rầu sao ra
Thôi đừng trách lẫn người ta
Trường An hôm nọ xem hoa làm gì
Bây giờ còn lại nói chi
Cũng là duyên nợ xui đi thế này.

Trên đường giai tế ngựa bay
Trong dinh Thừa Tướng đuốc lay ngọn hồng
Kìa ngọc chuốt nọ giá trong
Cẩm bào vẻ mới hương lồng mai trang
Lầu trang tiếng nhạc minh hoàng
Mái ngoài khách quí họ quan tiếng mừng
Giời cho phúc lộc không chừng
Văn chương phú quí muôn thưng châu đầy
Giai nhân tài tử gặp đây
Hoa kia say bướm, trúc này đợi loan
Nào câu đa phúc chúc chàng
Đường đường ấn bạc thẻ vàng quan sang
Nào câu vạn phúc chúc nàng
Rành rành hoa cảo ngọc hoàn hiển vinh
Đuốc hoa sáng rõ trong mành
Mây che đèo Giáp, giăng tranh non Bồng.

6. Trạng Nguyên ở rể dinh Thừa Tướng

Sinh từ làm khách sàng đông
Mặt ngoài cười gượng, bụng trong khóc thầm
Ở đây chén ngọc tay cầm
Ở nhà chén thọ ai chăm đó giờ
Cửa trong nay chực mai chờ
Trên thềm tưởng tượng sớm trưa tần mần
Ở đây người mới cười gắn
Ở nhà người cũ mặt nhăn nhường nào
Buồng trong chỉ cuốn tơ trao
Dưới giăng trông bóng ra vào này ai
Một mình thơ thẩn nhà người
Câu lơn ngồi tựa khắp mười hai nơi
Đệm tương buồn giải nằm chơi
Chiêm bao đã rắp thảnh thơi đến nhà
Xịch ngoài cành trúc gió qua
Giật mình tỉnh dậy nghĩ ta xót lòng.

Hơi nồm thoảng thoảng trước song
Tình riêng trăm mối tơ đồng mấy dây
Lạ cho buông bắt một tay
Sao xưa vui vẻ mà rày sầu than
Khúc đâu lưu thủy cao san
Khúc đâu mưa gió điệu đàn hoài tiên
Khúc đâu oán hộc sầu viên[1]
Xa xôi tưởng nhớ mấy phen bàng hoàng
Sát thanh sao có trong đàn
Nghe ra như lúc đường lang bổ thiền[2]
Hòa thanh nào thấy giải phiền
Nghe ra Thục Đế, Đỗ Quyên hồn này
Tri âm dưới mắt ai đây
Loan giao ai dễ đem dây nối liền
Lọt tai ba khúc vừa êm
Tiểu Thư nhẹ gót bước lên thủy đình:
- Nghe chàng phong vận tài tình
Tiếng đàn tiên nữ nức danh từ ngày
Đàn đây, may đã sẵn dây
Nước non vui vẻ lúc này được nghe
Thủy đình cảnh gặp sang hè
Phong tùng gảy một khúc kia thế nào.

Nể nhời Sinh mới lựa vào
Tư quy biệt hạc[3] nao nao sầu người
Tiểu Thư nghe biết rằng sai:
- Khi vui bỗng gảy tiếng ai chi mà
Tri âm đâu đến đàn bà
Bởi lòng rẻ rúng mà ra khúc này.

Sinh rằng:
- Ấy bởi tại dây
Cũ kia đã nết, mới rày chưa quen

---

1 Hộc là chim hộc, viên là con vượn.
2 Đường lang là con ngựa trời, bổ thiền là bắt ve sầu.
3 Tư quy biệt hạc: nghĩ đến lúc về gặp chim hạc đã đi xa.

Bi, giờ dây cũ khó lên
Cung thương lựa bức mà nên điệu này.

Thư rằng:
- Dây đó chớ nề
Mới đây đã sẵn, cũ kia kể gì
Hay là lòng nghĩ khác đi
Khuyên chàng mấy chén, nhân khi vui vầy.

Nghe nhời Sinh vội gạt ngay:
- Làng say ta vốn xưa rày biếng chơi
Đề thiên giới tửu vừa rồi
Tiệc vui hãy hượm chén mời một khi.

Thưa rằng:
- Trái ý thiếp chi
Rượu vân xin gượng uống đi giải sầu
Sẵn sàng lọ phải mua đâu.

Suốt giăng trong chén cùng nhau khuyên mời
Hào gia quen thói đua hơi
Tích Xuân, lão mỗ vui nhời gửi lên
Mỗ rằng:
- Mát mẻ đình sen
Tinh thần người vốn đã quen hương giời
Gió thơm quạt, nước quỳnh rơi
Tiên trên Lãng Uyển, Bồng Lai kém gì.

Xuân rằng:
- Nào dễ kém chi
Giăng trong gió mát cảnh vì đợi ta
Thần tiên là quyến thuộc nhà.

Yến vui lại mở tiệc hoa lại bày
Sênh ca vẳng chốn dao đài
Đồng hồ thôi mặc vơi đầy suốt đêm
Sinh thời ngồi tựa một bên
Càng đàn càng rượu càng thêm mối sầu

Hương xông quạt mát trên lầu
Hoàng hương hồn mộng ở đâu chốn này
Lệ đâu càng gạt càng đầy
Tiểu Thư mới hỏi:
- Sao nay khác hình.

7. Duyên mới sao tình cũ khó nguôi

Thấy tình Sinh những ngại tình
Liệu nhời mà nói dối quanh cho rồi
Rằng:
- Nay viêm nhiệt chiều giời
Lòng người những nóng bồ hôi ướt đầm.

Giăng non vừa xế bóng râm
Nam song mấy[1] nhức mưa cầm mây tan
Chớp qua hạ lại thu sang
Lũ nhạn bên núi Hoành Dương đi về
Tin nhà một buổi một nghe
Cơ mang nghĩ đến nỗi quê ngùi ngùi
Cố nhân cách biệt từ ngày
Song thân nhớ lúc cầm tay gưỉ vào
Có khi cũng chẳng quên nào
Những e cơ cận làm sao cho rồi
Tin ta chưa thấy đến nơi
Lấy ai trông cậy cùng ai ân cần
Đạo con chưa hết tình thân
Ai ngờ ma chướng mấy lần dắt đi
Một lần phụ mệnh ra thi
Một lần quân mệnh quan thì Nghị Lang
Một lần tướng mệnh sánh loan
Ba lần trong dạ phàn nàn ai hay
Dở dang đương lúc ngày nay
Đôi nơi trông cả một dây oán vào

---

1 Mấy: không rõ là chữ gì, nghĩa gì.

Một nơi chưa rõ tiêu hao
Những rằng e lệ khách kiều Đông Ngô
Một nơi còn hãy hồ đồ
Những rằng phụ bạc lòng lo nam tài
Một mình riêng chốn cân đai
Áo hoa năm vẻ giới ngoài nhất phương
Hạt châu mưa đã hai hàng
Đôi bên mái tóc màu sương nhuộm vào
Tiếng gà đương lúc chiêm bao
Ngỡ là người cũ hỏi vào vấn an
Chẳng là người mới bên màn
Tỉnh ra rồi lại bẽ bàng thêm ngây
Trong này trướng gấm vui vầy
Ngoài kia chiếc bóng canh chầy những căm
Ngoài kia ngon ngọt ai chăm
Bụng nào dê béo rượu tăm trong này
Cái sầu cũng tức cười thay
Đuốc hoa tên bảng vui nay mà sầu
Tình trong lo ngại xiết đâu
Gọi riêng Cửu Viện gót đầu thiết tha:
- Phong thư muốn gửi về nhà
Hỏi đường phương tiện chưa là có ai
Ở nha chi thiếu người sai
E phu nhân biết rồi ngoài Tướng Công
Vì ta hỏi nhạn thăm hồng
May ra cũng có người trong quê nhà.

Vâng nhời Cửu Viện đi ra
Tha hương chưa dễ ai là cố tri
Lâu lâu cửa bể từng khi
Ôm thư luống những nặng vì gia san
Ngõ ngoài bỗng thấy tiếng vang
Nghe ra văng vẳng người làng Trần Lưu
Hoa tiên cao thấp bóng câu
Đưa thư thấy nói người đâu ngoài làng

Trong thư nói những bình an
Trên song thị, dưới Ngũ Nương ở nhà
Mấy năm muôn dặm đường xa
Trông vào mấy chữ coi ra ngàn vàng
Tiện đường gửi lại một trang
Trong thư ta mới kể tường sự ta:

   Rằng khi dưới gối từ ra
   Để nên cách trở những là vì danh
   Biểu từ khi chốn đan đình
   Cửa vua muôn dặm tấm tình nên xa
   Giãi lòng một bức tiên hoa
   Phúc trên khang thọ trong nhà bình an

Viết rồi phong lại kỹ càng
Giấu giếm nước mắt hai hàng dính hai
Đinh ninh còn dặn thêm ngoài:
- Thư này về trước người mai cũng về.

Cầm điều người những rằng:
- E trong muôn ngàn dặm đã ghê đường trường
Lại còn rối những sài lang
Nhạn hồng chưa dễ bên làng đến cho.

Nghe nhời Sinh nghĩ lại lo
Ngân tiền lộ phí thêm đồ tiễn đưa
Vội vàng nào có ai ngờ
Thằng quái nó vốn mẹo lừa tự xưa
Trước kia thư cũng giả thư
Sau này dẫu có gửi tờ như không
Giữa giời nhắn nhạn chưa xong
Thư đi người cũng gói lòng theo đi.

8. Chuyện xưa khôn giấu được người nay

Trung Thu cảnh gặp tới kỳ
Người trong Tướng phủ đương khi mua cười

Tiêu vàng sáo ngọc vang giời
Bóng giăng dưới nước tiếng người trên mây
Thư rằng:
- Thu đến đêm nay
Giăng ngô, gió liễu, cảnh này cùng ai.

Cố mời, Sinh phải cưỡng ngồi
Nể lòng cũng chuốc chén mỗi thưởng chơi
Rằng đây màn phượng sáng soi
Mà kia tiếng dế kêu xôi[1] canh dài
Giang sơn mấy dặm bên ngoài
Lẻ loi soi rõ bóng người đêm nay
Đỡ nhời mỗ mới thưa ngay:
- Người kia tan hợp giăng này đầy vơi
Việc người ta đọ giăng chơi
Vui rồi có tẻ, sáng rồi có râm
Xin ai chớ rã chén cầm
Đêm nay giăng tỏ, cách năm còn dài.

Tiểu Thư nói nói cười cười:
- Sang năm đã chắc cho giời được nao
Trên giời vặc vặc giăng sao
Dưới ta chén rượu bồ đào bóng đôi
Cõi giời được mấy lúc vui
Xin cho giăng mãi với người thanh tao
Bạch Vân làng ở chốn nào
Muốn ta cưỡi gió tới chào quỳnh anh.

Xuân rằng:
- Tiên đó đã đành
Mà trong cung Quảng một mình nằm riêng
Những là lạnh lẽo suốt đêm
Tưởng như truyện ấy tương truyền hẳn đâu
Hãy xin người được dài lâu
Trước thềm ngắm nguyệt cùng nhau chung tình.

---

1 Xa xôi.

Sinh rằng:
- Chiếc bóng năm canh
Cố hương minh nguyệt nguyệt minh chốn nào
Giời thu chung một giăng cao
Nơi nao thu tẻ, nơi nao giăng mời.

Tiệc trong gượng nói gượng cười
Tình riêng chưa ngỏ ngoài người xem ra
Thêm thu thêm cảnh nhớ nhà
Làm lơ với nguyệt với hoa những vì
Vợ chồng xem ý từng khi
Thư thì đo đắn, Sinh thì quanh co
Thư rằng:
- Vô sự mà lo
Người ta ngày trước vẫn cho bất tường
Thiếp từ kết bạn cùng chàng
Suốt ngày vẫn thấy chàng thường bi ai
Nhà tranh xưa một Tú Tài
Bây giờ lương đống nên tài nhà công
Nào là chả phượng nem công
Nào ngoài đai ngọc nào trong xiêm đào
Tam thiềm[1] nào tán che cao
Ngũ hoa[2] nào ngựa khi vào khi ra
Cớ chi dối nguyệt hờn hoa
Một ngày mặt nặng mày sa một ngày.

Sinh rằng:
- Khéo nói lạ thay
Nông sâu nay nỗi lòng này dễ ai
Nghĩ chăng đôi gót văn hài
Chân này chẳng được ra ngoài thong dong
Kìa măng ngọc, nọ xiêm hồng
Mấy khi ràng buộc ở trong những chồn[3]

---

1 Thiềm: mái hiên.
2 Ngựa quí lông năm màu.
3 Bồn chồn.

Cao lương được mấy miếng ngon
Cơm từng bữa vội rượu còn hớp lo
Sớm trưa mắt những đồng hồ
Hoa xuân mặc gió giăng thu mặc giời
Bấy lâu cũng đã trải rồi
Gan người tím ngắt, đầu người hoa râm.

Thư nghe chàng nói đã căm
Rằng:
- Đây riêng những âm thầm nghĩ đây
Hay vì nhạc trượng trong này
Hay vì khoản đãi xưa vì chút sai
Đệm hoa hay chốn nhà ngoài
Ba ngàn khách hãy thiếu người chưa sung
Bình the hay chốn nhà trong
Mười hai then hãy còn long chưa cài
Hay là đắc ý có ai
Trong lòng còn tưởng Sở đài Tần lâu.

Sinh rằng:
- Khéo đặt điều đâu
Này xem chàng Tống thương thu lúc này
Xa xôi riêng một giới đây
Mắt xưa muốn thủng, mày rày những nhăn
Chuyện đây hãy ngỏ vài phân
Lòng đây một tấm thử dần dần suy
Thôi, mọi cớ hỏi làm chi
Nói ra thêm nghĩ sầu khi lại đầy.

Thư rằng:
- Ta đã khuyên ai
Giấu đầu mà lại hở đuôi cớ gì
Như chồng sao lại còn nghi
Núi phiền bể não chất chi đầy lòng.

Vùng vằng ngồi nói chưa xong
Lẻn chân ngoài cửa mặc trong chuyện đời

Quản chi những việc nhà người
Sương rơi trên ngói tuyết rơi ngoài thềm.

9. Ngưu Thừa Tướng liệu kế song toàn

Một mình Sinh mới lệ thêm
Hỏi rồi lại nói bóng bên hình người:

  Rằng xem kết tóc từ ngày
  Biết đâu lòng đấy lòng đây đã là
  Bấy lâu lỡ bước kinh hoa[1]
  Nay lần mai lữa dần dà chẳng nên
  Tiểu Thư ta dẫu rằng hiền
  Khó lòng việc ấy lọt bên tai người
  Thôi đành giôn giẳng[2] *ít ngày*
  Lựa xin một quận quan ngoài nhắc ra
  Bấy giờ tiện đạo thăm nhà
  Hiếu kia tình nọ khỏi ta phụ lòng
  Vợ chồng chẳng phải giấu, song
  Chỉn e Lão Tướng ở trong tâu bày.

Nghĩ rằng mình nói mình hay
Ai ngờ bên vách tai nghe rõ nào
Tiểu Thư đâu đấy bước vào:
- Bây giờ mới tỏ tiêu hao sự nhà
Cò trong áng tuyết bay ra
Vịt trong khóm liễu nói mà mới hay
Thảo nào rầu rĩ đêm ngày
Giấu đây đã vậy tiếng này để đâu
Cù lao ân nặng bấy lâu
Tao khang nghĩa cũ với nhau từ ngày
Lần lừa đến tận hôm nay
E tình những giấu riêng đây mới tường
Nay ta trên chốn phủ đường
Lạy cha minh bạch theo chàng vu qui.

---

1   Kinh hoa: kinh đô hoa lệ.
2   Không hiểu là gì, cũng không đoán được đúng là chữ gì.

Nghe nhời Sinh đã gạt đi:
- Việc ta ta liệu, vội gì dì đây
Người vàng buộc miệng xưa nay
Chín vì quyền thế trong này phải ghê.

Thư rằng:
- Chàng chớ lại nề
Cha trên làm Tướng thói lễ trông ra
Ví già giải kết đến xa
Ở trong ngăn gián rồi ta lựa dần
Nói chi những thế với thần
Khoẻ nhời khôn nhẽ mười phân non gì.

Vợ chồng bàn bạc mấy khi
Thư thì đã quyết Sinh thì còn e
Tướng Công vừa buổi chầu về
Việc nhà Thư mới tỉ tê giải bày:
- Đạo con chàng phải về ngay
Đạo dâu con cũng xin nay theo chồng
Đã đành phận gái chữ tòng
Khổ cùng nhau khổ vui cùng nhau vui
Thịt xương đành gứi nhau rồi
Nhẽ nào chồng khóc, vợ cười cho qua.

Dạy rằng:
- Huyên đã vắng nhà
Nhà trông cậy có con ra một bề
Con nay muôn dặm trở về
Cha nay sớm tối ủ ê ai cùng
Khuyên chàng đành bụng ở trong
Cửu trùng tâu lại, tam công lo gì
Như chàng cố ý ra đi
Mặc người ta đó con thì theo chi.

Thưa rằng:
- Chút phận nữ nhi
Nghĩ điều phu xướng phụ tùy xưa nay

Công cô đó dâu con đây
Ba năm chưa được một ngày thăm trông
Cha già chẳng xét tấm lòng
Làm chi để một bàn công trên đời
Con ta ta chẳng muốn rời
Con người nỡ bắt ở người rời ra
Chồng ta ta chẳng muốn xa
Chồng người nỡ bắt người ta xa nhà
Việc trong pháp lệ ở cha
Thương phong bại hóa sao ra nên nhời.

Ngưu Công nghe đó rụng rời
Rằng sao ăn nói những hơi sổ sàng
Hay là lòng đắm tình mang
Nhời cha trách cả, nhời chàng phải thôi.

Lòng ta mong giãi giăng soi
Ai ngờ giăng cứ bên ngoài giăng thâu
Biết nhau: rượu hũ say đâu
Trái nhau: chuyện nói đôi câu đã nhiều
Tiểu Thư bên cửa thiu thiu
Một mình ngồi nghĩ dở chiều buồn tanh
Sinh đà xem ý biết tình
Càng lâu càng nghĩ một mình càng lo
Bây giờ đê rạn nước rò
Biết rằng gió cả sóng to có tuyền
Tiểu Thư giáp mặt càng phiền
Rằng:
- Nay thiếp đã trên thềm thưa qua
Giời cha đành đã cao xa
Tính sao cho vẹn một nhà đôi bên
Thiếp còn chàng khó về nên
Thôi thì để thiếp xin đền lấy thân
Trên thì bạch phát song thân
Dưới thì bạn cũ thanh xuân một thì

Chàng thời bên hiếu bên tình
Vẻ vang gì thiếp để danh giá chàng.

Sinh rằng:
- Nói mới nhỡ nhàng
Còn nên nghĩ lại nhẽ thường phải không
Vì cha ngăn gián chẳng xong
Để ngoài mang tiếng thời trong sao đành
Thôi thì bưng bụng làm thinh
Rồi ra nghĩ lại xét tình họa may
Xưa kia riêng hận ai hay
Bây giờ trông mặt cả hai thương lòng.

Ngưu Công mang hận vào trong
Đêm thanh luống nghĩ ngại ngùng chưa yên
Tưởng cơn nóng sốt nói liền
Nhời con cũng phải càng phiền càng thương
Thương vì non nước dặm trường
Gót sen chưa dễ gió sương bước lần
Phiền vì năm tháng cõi gần
Nhà xuân ai kẻ quây quần bóng vui
Nghĩ đi nghĩ lại bồi hồi
Có khi một chước cả đôi nơi hòa
Định lòng mới gọi con ra
Dịu nhời bàn hết gần xa mọi đường:
- *Trên là Thái Lão song đường*
Dưới cùng Triệu Thị Ngũ Nương rước vào

Tiểu Thư nghe nói mừng sao
Nhủ chàng sớm liệu tin trao về nhà
Nhà xa lòng vẫn không xa
Thư phong một bức châu sa đôi hàng
Người nhà Lý Vượng sai sang
Trần Lưu dặn đến quê hương nhà mình
Đường về mọi nỗi đinh ninh
Nửa năm rồi lại kinh thành tới đây

Vâng nhời Lý Vượng đi ngay
Ở nhà ai biết nỗi này Triệu Nương.

10. Ăn cám nhường cơm bố mẹ chồng

Triệu Nương từ lúc tiễn chàng
Một mình khuya sớm ngổn ngang trăm chiều
Hoa xuân nở lá thu gieo
Cảnh nào cảnh chẳng thêm điều xót thương
Trông mây muôn dặm đường trường
Trông gương hai món tóc sương ngày càng
Nghĩ người du tử quan san
Một mình mình lại riêng than thở mình
Ra vào lối những vắng tanh
Buồng trong lấm tấm rêu xanh mọc đầy
Cửa nhà trông lại buồn thay
Rèm thưa phấp phới bụi bay tối dầm
Trước hoa luống những tủi thầm
Vàng rơi mấy chiếc thoa trâm biếng tìm
Dưới giăng thôi lại sầu thêm
Là buông mấy nếp áo xiêm biếng cài
Mây mưa trong chốn dương đài
Há rằng lòng thiếp tưởng ngoài ấy đâu
Chớ nghe ngâm khúc bạch đầu
Tiếng ai oán lắm đã đau đớn vầy
Chim ương chắp cánh đều bay
Việc người mười trách bóng người một trơ
Bể kia có đáy có bờ
Tình này dằng dặc bao giờ cho xong
Nào khi dưới nguyệt chén đồng
Nào khi Nam Phố cánh hồng bay xa
Bây giờ vắng vẻ trong nhà
Thỏ đi ác lại chốc ba thu đầy
Nhớ nhau đấy đấy đây đây
Giẵn giẵn giọc giọc ai rày nhắn nhe

Nào khi tin tức tai nghe
Nào khi kinh khuyết nhạn về lại không
Bây giờ cách trở ngàn trùng
Lòng chàng ý thiếp non sông những rầu
Ở trong thăm thẳm sâu sâu
Ngàn ngàn mớ mớ mối sầu ai hay
Tưởng khi dưới gối bấy nay
Bên màn gà gáy sớm ngày vấn an
Dặn dò những lúc vội vàng
Nhời vàng nào biết lòng vàng nhớ cho
Lấy ai chuyện chuyện trò trò
To to nhỏ nhỏ sự lo dường này
Tưởng khi thi cử mấy ngày
Hẹn rằng báo tiệp về ngay chớ phiền
Những mong tài tử làm nên
Này người kinh bố há quên được nào
Vì ai rộn rộn nao nao
Chồng chồng chất chất vẻ sao cho rồi
Một mình thôi đứng lại ngồi
Thôi ngồi lại nghĩ bồi hồi chưa xong
Một rằng nên tiếng cho chồng
Hai rằng cho hết tấm lòng làm dâu
Gió đông dầu vậy cũng dầu
Hồng nhan bạc mệnh trốn đâu khỏi giời
Hung hoang lại gặp phải thời
Cơ hàn lại nỗi nhà người khó êm.

Mong con những hết ngày đêm
Càng lâu càng vắng càng thêm thói già
Một nhà ông lại với bà
Chạnh khi câu nói ai hòa phải chăng
Ông rằng:
- Con cháu khơi chừng
Lấy ai cung cấp đầu thưng cõi già.

Bà rằng:
- Ai giục con ra
Để cho lâm lụy đến ta nói gì
Một nhời là một thị phi
Một khi trái mắt một khi váng đầu.

Nàng thì giọt lệ nhuốm thâu
Hết lời khuyên giải lựa câu chu hoàn
Yêu con những muốn giàu sang
Lúc đi ông chửa kịp bàn xa xôi
Mong con chưa thấy đến nơi
Con rầu bà lại nhớ nhời ngày xưa
Dám xin thương đến lòng thưa
Tiếng tăm chớ để xa đưa chê cười
Thà rằng chịu đói một tôi
Nỡ nào để lụy đến người lo xa
Còn đây này nhẫn này hoa
Áo tiền khăn gạo nay ta qua thì
Dâu là con đó lệ[1] chi
Những điều khó nhọc dám bì xưa nay
Ông bà xin cứ vui thay
Con đi con phải có ngày đến nơi.

Cho hay hiếu ở lòng người
Mà khi xui khiến có giời giúp ta
Nghĩa thương trong phủ cấp ra
Ẩm khô tươi héo nào là gần xa
Xưa nay phong gấm rủ là
Buồng sâu nào biết ngõ ra lối nào
Bây giờ gặp lúc ba đào
Một nhà hai bữa trông vào một thân
Phải liều nhắm mắt rời chân
Một ta xấu mặt, hai thân no lòng

---

1 Lệ: sợ.

Đến nơi chẩn cấp vừa xong
Nàng thì khổ khiếu[1] quan lòng cũng thương
Tra trong sổ chẩn nghĩa thương
Ơn trên cho cấp gạo lương còn nhiều
Đòi tên lý chính họ Miêu
Của công mà để riêng tiêu phải thường
Gạo lương sai cấp cho nàng
Đấu thưng đỡ lúc cơ mang gọi là
Vội vàng lạy tạ trở ra
Đàng sau đã thấy Miêu ta theo liền
Mở mồm những giọng xỏ xiên:
- Này trâu này ruộng ta đền một khi
Quan tha ma bắt lạ gì
Ắt là phải giả thì đi mới rồi.

Nàng nghe von ví hết nhời
Rằng:
- Nhờ quan cấp mà tôi nhờ thầy
Trông ân còn có hôm nay
Nhà từng bếp lạnh từ ngày hôm qua
Hàn gia tuổi tác đôi già
Tiêu liêu một hạt đều là ân dư.

Miêu nghe nể mặt ư hừ
Túi gai chực nhắc mẹo lừa ai hay
Thu đa nạp thiểu xưa nay
Ngồi đàn thí thực mà tay dao bầu
Đứng thời Miêu vẫn đứng sau
Bước đi Miêu đã bước đâu lối mèo
Giời kia thương hại lúc nghèo
Thần cùng đác bị ma giao nết người
Hai già không đủ bữa nuôi
Làm dâu như thế cũng đời hư sinh
Suối vàng số chửa cho đành
Sẵn nơi giếng cũ gieo mình là xong

---

[1] Khổ khiếu: van nài, kêu khổ.

Nghĩ đi nghĩ lại trong lòng
Nhớ khi đứng dậy nhời chồng đinh ninh
Đã hay mình chẳng tiếc mình
Nhưng còn chữ hiếu chữ tình chưa xong
Nào cha nào mẹ nào chồng
Cả ba nơi oán chôn trong một mình
Lòng tơ trăm mối rối quanh
Trông ra chợt thấy người hình Thái Ông
Đến nơi hỏi chuyện vừa xong
Thương dâu nước mắt cũng ròng ròng sa
Khóc rằng:
- Bận bịu vì ta
Bấy lâu là lượt vòng hoa hết rồi
Nghĩ mình bóng xế chiều thôi
Gắng ra ngày một ngày đôi chẳng thà
Vị gì một cái oan gia
Thiếu ăn thiếu mặc dễ mà hiếu xong
Bà nay còn đó thì trông
Kìa nơi giếng cũ mộ ông Thái này.

Nàng nghe chẳng dám rời tay
May đâu lại gặp xưa nay láng giềng
Trương Ông nghe tiếng bước liền
Một già một trẻ càng nhìn càng thương
Rằng:
- Đây cũng gạo nghĩa thương
Đem về ta rắp gửi sang cho người
Đi đâu chẳng biết chuyện đời
Ác tâm nào thiếu những người Miêu này

Nàng rằng:
- Nhờ cậy bấy nay
Bây giờ gạo chẩn của người dám đâu.

Trương rằng:
- Đi lại đã lâu
Cùng nhau ta đỡ cho nhau là thường

Lương vàng chia tấm lòng vàng
Đem về đôi bếp canh thang cũng vừa.

Tạ từ nàng trước trở về
Thái, Trương hai lão đề huề đến sau
Mới hay con tạo trêu nhau
Lừa lừa lọc lọc mấy nao khôn lường
Không lương rồi lại có lương
Gặp Miêu rồi lại gặp Trương đây liền
Cái ân cái hận đôi bên
Ngàn năm chưa dễ lòng quên lúc này
Trông ra đồng áng vắng thay
Bốn bề khói lửa sao nay lạnh lùng
Trông ra làng nước màn không
Mặt giời thảm đạm soi trong kẽ nhà
Trông ra mấy đống gò xa
Tiếng đâu thảm thiết nghe ra khóc chồng
Trông ra xứ khác người đông
Trẻ con ríu rít dắt dong mẹ già
Cảnh đâu cảnh những xót xa
Trông vào lại thấy cảnh nhà thêm thương
Ngẫm từ chàng bước lên đường
Cơ hoang[1] mấy độ tư trang còn gì
Nhớ trong nhời Bạch Hoa thi
Có câu hinh khiết[2] lấy chi ngọt bùi
Nhớ ơn Trương Lão vừa rồi
Gạo này dành để làm đôi bữa thường
Trên ta kính phụng song đường
Gọi là thay tấm lòng chàng thần hôn
Còn dư nắm cám chẳng ngon
Cái thân cơ khổ dâu con quản gì
Lúc ăn ta giấu riêng chi
Sợ hai thân biết có khi thêm phiền

---

1 Cơ hoang: đói kém, thiếu hụt.
2 Hinh khiết: thơm sạch.

Chợ xa nhà chẳng có tiền
Miếng cơm nhạt đó ai riêng bữa này
Đỡ lòng vừa buổi sớm ngày
Cám ta bếp dưới, cơm này mâm trên.

11. Thái Ông, Thái Mẫu cùng quy tiên

Bà vừa trông thấy đứng lên
Rằng:
- Ta đã cách mấy đêm chay lòng
Bữa nay thịt mắm đều không
Miệng già chưa dễ đã hòng nuốt trôi
Cũng đành thôi vậy thì thôi
Phải rằng trái thói mà coi thèm thuồng.

Nàng thưa:
- Bà hãy thung dung
Canh lê chẳng chín khó lòng làm dâu.

Ngảnh vào nước mắt gạt mau
Ngảnh ra nước mắt đâu đâu lại dào
Trông lên chẳng dám nói sao
Cắm đầu lại nghĩ biết bao chàng về
Nghiến răng hoàng bá[1] lưỡi tê
Dễ đem miệng đắng tỉ tê ai cùng.
Rỉ tai bà mới bảo ông:
- Thói đời cả vậy há không nghĩ mà
Con ta ta phải đẻ ra
Dâu ta dẫu thiết cũng là con ai
Bây giờ đã vắng con giai
Đôi ta trông cậy một người nàng dâu
Bữa nay đã cắt muối rau
Có khi cơm nhạt bữa sau cũng đành
Mọi khi đến bữa cùng mình
Ngày nay đến bữa ra tình lánh đi

---

1 Hoàng bá: Vỏ cây hoàng bá, một vị thuốc, ý nói vị đắng.

Hoặc là trong có những gì
Miếng ngon dành để đợi kỳ vắng ta.

Ông rằng:
- Xem ý trong nhà
Tiếng rằng dâu nó, ở ra con mình
Bấy lâu kham khổ cũng đành
Bây giờ hay có ý tình sao đây.

Bà rằng:
- Đoan tích chưa hay
Đợi khi đến bữa thử rày ta coi
Đục lầm ai biết chép trôi[1]
Nước trong rồi đấy ta soi cũng rành.

Nàng vừa trở xuống một mình
Lại ngồi lại nghĩ gợi tình lại khoan
Giời thì hạn hán khôn khan
Đói nay há dễ tội bàn về năm
Chàng thì kẻ chợ xa xăm
Đường kia ai dễ hỏi thăm cho rồi
Mẹ thì bụng lửa nóng sôi
Sự này chưa dễ vạch trời kêu oan
Mình ve ngày một rũ mòn
Lần lần lữa lữa hãy còn hôm nay
Ăn riêng riêng những gì đây
Tranh heo[2] *mấy miếng qua ngày cầm hơi*
Trong tay một bốc nhão rời
Nhai ra miệng đắng nuốt thời ruột đau
Than rằng đã dễ ăn đâu
Người đây mùi đấy với nhau khác gì
Nghĩ chăng cám với gạo kia
Đôi bên nương tựa bởi khi tự giời
Nào ngờ xảy hóa đôi nơi
Nơi thời quí thế, nơi thời hèn sao

---

1 Chép trôi: cá chép, cá trôi.
2 Tranh heo: có lẽ là tranh ăn với heo, nghĩa là ăn cám thay cơm.

Như chàng với thiếp khác nào
Một người một ngả biết bao giờ cùng
Chàng nay quí thể gạo đong
Gạo đong chốn khác khó lòng được ngay
Thiếp thì hèn tựa cám đây
Cám đây chắc đỡ người rày no không
Ăn dù sống cũng còn mong
Nhịn đi cho chết là xong cái đời
Nhịn đi chết cũng đành rồi
Hai thân nuôi đó ai người đỡ lo
Biết đâu rày đói mai no
Sống thì vô ích chết cho ra gì
Chiều nay đổi bữa lấy chi
Van hờn nuốt giận nghĩ khi còn rầu.

Ông bà vẫn đứng bên sau
Chợt vào mới hỏi:
- Ăn đâu thế này

Thưa rằng:
- Đỡ đói bữa nay
Cũng trong hạt gạo mà xay ra rày
Cho rằng ngon dẫu chẳng tày
Còn hơn rễ cỏ bẹ cây dông dài
Chàng Tô nuốt tuyết sống dai
Cơm tùng lương bách thiên thai bữa thường
Mẹ cha xin hãy lòng thương
Dâu này mới thực tao khang con người.

Ông bà nghe chửa hết nhời
Thế mà ta vẫn một hai lòng ngờ
Lại còn ngon nói ngọt thưa
Thương dâu đứt ruột mới đờ ngã ra
Nàng rằng:
- Này sự tại ta
Để ngoài người nói những là vì đâu

Vụng hèn đành chịu tiếng dâu
Tấm lòng khuya sớm dễ hầu bỏ đi.

Bên tai mấy nỗi nần nì
Bà vừa lạnh ngắt ông thì tỉnh ra
Ông rằng:
- Trước chẳng nghĩ ra
Làm cho con phải bước xa kinh kỳ
Làm cho dâu đó sinh ly
Làm cho bà đó bỏ đi tuyền đài
Trăm điều nhầm lỗi vì ai
Đành oan thác lão khỏi lai láng nàng.

Nàng đà nước mắt tuôn hàng
Nghĩ mình thơ yếu nghĩ chàng xa xôi
Khóc rằng:
- Hỡi Bá Giai ôi
Thôi thôi thiếp đã phụ nhời bấy nay
Những là ngậm đắng nuốt cay
Vì chàng khuya sớm đến rày luống công.

Bà rồi lại sợ đến ông
Khi chồng chất đấy dễ thong thả mà
Một mình bối rối vào ra
Y khâm quan quách ai là giúp đây
Cách tường Trương Lão sang ngay
Rằng nghe những sự lạ thay thăm người
Thấy bà vừa tắt nghỉ rồi
Thấy ông vừa tỉnh chửa khuây cơn rầu
Thấy nàng rầu rĩ bên sau
Khóc rằng:
- Hiếu sự lấy đâu trong nhà.

Thương tình con trẻ cha già
Rằng:
- Thôi, đưa đón việc bà đã đây.

Nàng thì chăm chút ông nay
Sợ khi quá đất một ngày một thêm
Thái Ông tỉnh dậy nói lên:
- Nhờ tay cứu tế ở bên láng giềng
Dâu ta ân nợ chưa đền
Những là muốn nói chưa nên ra lời.

Trở về Trương mới sai người
Sắp đồ khâm liệm đưa ngoài Nam San
Việc là quy liệu vẹn toàn
Bệnh ông chưa khỏi việc nàng chưa xong
Vừa khi nhà trống mưa dòng
Vừa khi thuyền chậm cơn dông đón đầu
Ngẫm ra muôn khổ ngàn sầu
Từ khi con vắng đã đau chứng vầy
Thuốc hay ví gặp được thầy
Hoa Đà dễ gỡ sầu này cho nguôi
Thuốc chê cơm lại biếng lười
Tưởng đường ăn uống bệnh người khó thay
Ông rằng:
- Dâu những cám đây
Ta dù cơm thuốc nuốt rày sao trôi
Thân già đành tới cõi rồi
Dâu ta gần lại một nhời dặn đây.

Đến nơi nàng cũng chửa hay
Cúi đầu ông đã trông ngay lạy vào
Tạ rằng:
- Nghĩa nặng non cao
Trong ba năm ấy biết bao khổ sầu
Nghĩ ta muốn báo ơn sâu
Kiếp sau xin hóa làm dâu giả người.

Nàng nghe thảm thiết mấy nhời
Rằng:
- Dâu con đó phận tôi sá gì

Đã đành đành vậy kể chi
Kể ra mọi nỗi lòng thì còn đau
Ví bằng giải kết về sau
Đành ba thước đất chung nhau cũng là.

Ông con than thở xót xa
Chợt đâu lại thấy Trương già đến ngay
Thái Ông rằng:
- Gặp là may
Xin người chứng quả việc này nhà ta
Xưa kia lỡ ép con ra
Để cho đến nỗi phượng xa loan sầu
Thân này mai có đến đâu
Cho nàng cải giá về sau mà nhờ.

Thấy nhời nàng mới ngẩn ngơ
Thưa rằng:
- Phận gái tự xưa một chồng
Lưng đây đã khắc chữ đồng
Tỳ bà quyết chẳng ôm rong từ ngày
Sống làm dâu họ Thái đây
Chết làm ma họ Thái này mà thôi.

Thái Ông nghe bấy nhiêu nhời
Đòi nghiên giấy bút dậy ngồi viết ngay
Nghiên trong mấy giọt lệ đầy
Giấy trong mấy giọt máu giây từng dòng
Gắng cầm đưa mấy ngón lông
Nặng xem biết mấy cân đồng trong tay
Khóc rằng:
- Cơ khổ từ ngày
Vì ta nhầm lỡ cho mày dở ra
Nay là bút tích tay ta
Ta cho cải giá chứng là ông Trương
Ví dù gặp biến nệ thường
Rồi ra thân gái mọi đường cậy ai.

Ông vừa buông bút thở dài
Chết thôi còn quản việc người sống chi
Trương Ông thấy bệnh đã nguy
Rằng:
- Đây ta nghĩ cùng thì chưa xong
Nàng nay giữ đó, buồng không
Thuyền kia sóng gió mênh mông chắc gì
Nàng nay bỏ đó, ra đi
Hoa kia ong bướm thị phi miệng người.

Nàng rằng:
- Người dạy quá nhời
Nhẽ đâu thân gái một đời dám quên
Trăm năm danh tiết phải tuyền
Thề cho một ngựa một yên chẳng dời.

Nghe nhời, Trương trở về rồi
Đến ngày Thái đã ra chơi suối vàng
Xuân khô huyên lại vừa tàn
Cành hoa vắng chúa gió ngang phập phình
Nàng đà cùng kế thư tình
Mấy hàng lệ ráo khắp mình máu rơi
Tư trang mấy độ hết rồi
Trông đi ngảnh lại tóc tôi hãy còn
Tốt tươi mái phượng chưa mòn
Mây đen một món quấn quanh mấy vòng
Cắt đi mà bán cho xong
Dao ngoài cầm lấy ruột trong đứt rồi

  Tóc tôi đừng có giận tôi
  Giận người kết tóc ra đôi nhỡ nhàng
  Tóc này bán để trị tang
  Nửa ngày ra đến chốn Tràng nhai đây
  Thà rằng gọt nhẵn từ ngày
  Làm ni cô trước khỏi nay tiếc hoài
  Xanh xanh nhỏ nhỏ dài dài
  Đây đây đó đó ai ai nào nào

Miệng ngoài chào khách bán rao
Bụng trong đói lả hồn chào với ma
Chồn chân chóng mặt ngã ra
Trong tay món tóc biết là ai mua
Lòng lành khấn miệng Nam Vô
Ác tâm kia dẫu làm chùa uổng công
Ra đường Trương Lão vừa trông
Thấy người nằm đấy động lòng đến ngay
Nàng rằng:
- Lại gặp là may
Rộng lòng bố thí nhờ tay chu tuyền.

Trương Công tay gậy nâng lên
Hỏi rằng:
- Bụi bám đầu đen cớ gì.

Nàng rằng:
- Xuân cỗi héo đi
Chơ vơ bóng liễu ai vì nên tươi
Mấy phen phiền lụy đến người
Nể lòng há dám lại lời lần khân
Nghĩ mình vụng việc tảo tần
Tóc xanh phải bán đền ân hạc giả.

Trương rằng:
- Nhớ lúc chàng ra
Tự chàng ký thác tự ta nhận nhời
Gói vàng câu nói há chơi
Để nàng đến nỗi tội thời tại ta.

Nàng nay trước trở lại nhà
Một người tang tóc rồi ra đỡ người
Tạ rằng:
- Khí khái như nhời
Ơn này người dưới tuyền đài chẳng quên
Vành vàng chưa kịp ngậm đền
Tóc này xin hãy chứng nên lòng này.

Trương rằng:
- Tóc hiếu phụ đây
Làm gương ta để soi ngày sau ta.

Tang nghi sắp sửa từ nhà
Rước ông lại để với bà một nơi
Non không thảm đạm chiều giời
Bốn bề vắng ngắt ai người vãng lai
Cành dương hiu hắt gió lay
Hùm kêu vượn hót chốn này xót thương
Người buồn cảnh lại thêm càng
Lá khô lệ nhỏ suối vàng biết chăng
Ngẫn ngữ nàng lại nghĩ rằng:

  Rồi đây mưa gió đôi lăng ngại ngùng
  Tri sinh tri tử ai cùng
  Của đâu thuê nổi trăm công bây giờ
  Xa xôi còn chửa tin đưa
  Ấy nơi cát địa ai nhờ bói xem
  Mong con bẻ quế cung thiềm
  Nào hay thân đã gởi miền khóm dương[1]
  Một ta gánh vác thay chàng
  Sức nào đắp được mộ đường cho cao
  Quần gai bùn đất trát vào
  Chân đen tay lấm quản nào việc ta
  Gọi là máu mủ một nhà
  Cho thân ta biết rằng là dâu đây
  Giời kia thăm thẳm có hay
  Mộ nay đắp được thân nay cũng rồi.

Trông ra đất chửa thành đồi
Sức mình đã mỏi tựa ngồi hiu hiu
Gió quanh một trận hắt hiu
Vừa khi thương nhớ dở chiều tinh mê
Bóng đâu tưởng tượng trong mây
Tiếng đâu phảng phất nghe đây rõ ràng:

---

1 Khóm dương: lùm cây dương, chỉ nơi nghĩa trang.

Tỳ Bà Ký - các bản Việt Ngữ

- Rằng ta vâng chỉ Ngọc Hoàng
Là thần giữ núi thấy nàng hiếu thay
Nam San Bắc Nhạc đôi nơi
Bắc thời hắc hổ, Nam thời bạch viên
Âm binh xuất lĩnh ba ngàn
Giúp cho hiếu phụ đắp nên mộ này
Bây giờ mộ đắp đã đầy
Phải nghe nhời dặn sau đây cho rành
Y trang phải đổi khác hình
Tìm chồng phải tới đất Kinh mấy ngày.

Phân minh nghe nói lạ thay
Trong mơ đã đoán hẳn này thần thôi
Quỷ thần đâu đó chẳng soi
Cho người ta khỏi quãng giời tối đi
Tỉnh ra lòng hãy còn nghi
Trông ra ngoài mộ thấy thời cao lên
Tạ giời tạ đất ở trên
Tạ thần biến hóa ở bên núi này
Phúc thần phù hộ là may
Tiên linh được thỏa tôi nay mới đành
Nghĩ khi mai táng chưa thanh
Hồn người phảng phất quanh mình cả đôi.

   Từ rày việc đã xong rồi
   Tuyền đài cửa đóng mặt giời bao soi
   Đến câu vĩnh quyết là thôi
   Biết bao giờ lại dâu tôi được cùng
   Ví dù một lỗ được chung
   Trăm năm sau đó như lòng là may
   Hữu tình phong thủy đất này
   Giời kia dành để lọ thầy tìm ra.
Khấn rồi đứng lại trông qua
Kìa ai như thể ông già xóm ta
Trương Ông tự trở lại nhà
Nghe nàng đắp mộ xót xa hiếu tình

Gần đây quản mấy công trình
Cuốc mai đầy tớ theo mình bước ra
Cao cao trông thấy từ xa
Trương vừa chợt dạ, nàng đà kể ngay
Trương rằng:
- Bởi tại người đây
Hiếu tâm cảm động giời này giúp cho
Khuyên ai lật đật chớ lo
Cất đầu ba thước đắn đo có thần.

Trở về nàng những tần ngần
Ngẫm câu thần bảo mười phần chẳng vu[1]
Tìm chồng hỏi tới kinh đô
Y trang giả dạng đạo cô lên đường
Tỳ bà thì xách làm hàng
Khúc hành hiếu cũng xử xang trợ thì
Lại còn quanh quẩn nghĩ đi
Ông bà sớm tối trong khi tựa ngồi
Bây giờ đã khuất núi rồi
Tấm lòng chưa dễ xa xôi bỏ đành
Ta xưa võ vẽ đan thanh
Âu là một bức họa hình mang đi
Hoặc khi tuần tiết chi chi
Nén hương chén nước ta thì dở ra
Hiếu tâm một thí[2] gọi là
Cũng như sớm tối một nhà ngày xưa
Giấy đây bút cất tay đưa
Khổ cho muốn vẽ nhưng chưa vẽ rồi
Đã không in mặt cả đôi
Có chăng lúc ngủ họa tôi thấy người
Những là tưởng tượng thế thôi
Hình mơ mơ thấy lệ rơi rơi đầy
Vẽ sao ra bóng khổ này
Vẽ sao in được bóng ngày xưa chăng

---
1 Vu: không đúng, như trong "*vu* cáo", "*vu* khống".
2 Thí: làm thử.

Vẽ sao đôi mắt đường đường[1]
Mấy năm tựa cửa ngày hằng trông con
Vẽ sao mấy độ gầy mòn
Sầu thêm tóc trắng lo còn mặt xanh
Rồi ra đem đến đế kinh
Cho người du tử thấy tranh biết tình
Thiên nhiên một bức đôi hình
Một người một vẻ xinh bình[2] như in
Vẽ xong ra đến mộ tiền
Khấu đầu thắp nén hương lên giãi lòng:
- Rằng con há dám chơi rong
Chỉn vì hiếu tử còn trong kinh này
Đưa tin âu hẳn đến ngay
Chàng vừa thấy mặt tôi nay lại nhà
Chỉn e muôn dặm đường xa
Gió mưa ngoài ý ông bà độ cho.

Đi rồi lòng lại còn lo
Mộ này ai kẻ dặn dò trông thay
Xuân thu ví gặp đến ngày
Ai rày quét mộ ai rày đốt hương
Tiếng ve rầu rĩ cành dương
Gió kim lạnh ngắt lá vàng tả tơi
Tràng An lối cũ ngày mai
Dương Quan ra đó ai người cũ ta.

12. Tỳ bà nâng bước vợ tìm chồng

Trở về nàng mới đến nhà
Láng giềng lại gặp Trương ra tiễn hành
Trên lưng trông có bức tranh
Cầm xem Trương đã thấy hình biết ngay

---

1 Đường đường: không chắc chép đúng hai chữ này.
2 Bình: bằng.

Khen rằng:
- Vẽ khéo giống thay
Bút này cũng ở lòng này mà ra
Mấy khi mặn nhạt nét hoa
Biết bao cay đắng xót xa trong này
Tưởng rằng chàng cũng quên đây
Vì nàng chỉ vẽ dáng ngày chàng xa
Bây giờ nàng sắp đi xa
Ít nhiều nay gọi là ta tặng hành.

Cảm ân rồi lại tạ tình
Khóc thôi nàng lại đinh ninh mấy nhời:
- Mộ ngoài khi đã vắng tôi
Xin người nghĩ đến tình người ngày xưa.

Thấy nàng thảm thiết bấy giờ
Chịu nhời Trương lại dặn dò đến câu
Rằng:
- Chàng xa đã bấy lâu
Biết rằng tâm phúc trước sau thế nào
Xưa kia chỉ thắm tợ điều
Xuân xanh vừa độ, nhụy đào còn tươi
Cách nhau đã mấy năm giời
Dáng người khác trước thói đời lạ nay
Người sang kẻ khó thấy ngay
Giả mờ giả điếc ơ hay quên nhầm
Cài kim dưới đệm độc ngầm
Thức gì kém cũ lại tìm cho nhau
Lòng người rốn bể dễ đâu
Đến nơi thì phải nông sâu cho rành.

Nàng rằng:
- Ác bạc thế tình
Nghe nhời vâng biết phận mình thơ ngây
Nghĩ chàng bể ái vơi đầy
Một đêm chung gối trăm ngày còn ân

Huống chi chỉ Tấn tơ Tần
Nhẽ nào quên được cố nhân cho đành.

Thấy nhời song cũng cảm tình
Tạ từ nàng mới phân trình đứng lên
Tấm sầu chất nặng đôi bên
Mộ trong vắng vẻ đường trên lạ lùng.

Dọc đường ai biết ai cùng
Tin về Lý Vượng đã vùng Trần Lưu
Rừng cây biết mấy thu lâu
Hiu hiu ngọn gió, rầu rầu cành sương
Trông sang một nấm bên đường
Rêu xanh dày đắp lá vàng thưa che
Lạ non lạ nước còn e
Bên gò quét mộ gặp kia ông già
Tiện nơi mới hỏi dò la:
- Trạng Nguyên họ Thái nhà xa hay gần
Ông bà với tiểu phu nhân
Trạng Nguyên tôi có sai thân rước vào.

Ông già nghe, nói:
- Lạ sao
Họ tên nhà Trạng ai nào biết ai.

Thưa rằng:
- Tên cũ Bá Giai
Nghị Lang chức mới rể người họ Ngưu.

Ông già nghe rõ gót đầu
Rằng:
- Ta Trương Lão một câu nhắn ngài
Tốt thay lạy mẹ cha ai
Ở nhà cha mẹ một hai lạy nào
Này đây một đống gò cao
Ông bà nhà Trạng đã vào ở đây.

Thương tâm Trương lại khóc ngay
Ngảnh vào trong mộ gọi thay mấy lần:
- Nào viên ngoại, nào an nhân
Giàu sang con đã ân cần rước đây
Bây giờ đi hoặc chẳng đi
Gọi sao không thấy hồn thì nơi nao.

Nói rồi nước mắt lại dào
Vân vân lại kể thấp cao chuyện người:
- Hung hoang những sự ở giời
Gian nan những sự thờ nuôi ở nàng
Này sinh này tử này tang
Trạng Nguyên chưa dễ mấy vàng đến ai.

Lắng tai nghe hết ngắn dài
Rằng:
- Ông thấy nói trách ngài thì oan
Từ hôn rồi đến từ quan
Trên vì quân tướng tính bàn ép đi.

Trương rằng:
- Trước đã từ thi
Ép con Thái Lão những thì một hai
Cũng là quỷ khiến thần sai
Cũng là vận mệnh ở ai trong đời
Cho hay cái số an bài
Tự giời đã định thời người phải nghe
Lòng người cũng thấu giời kia
Mộ này đắp được nhờ về thần đây
Tìm chồng đứng dậy từ ngày
Kể đà nửa tháng đến rày chưa xa.

Từ về, Lý Vượng bước ra
Trên đường biết hỏi ai là Triệu Nương.

Triệu Nương từ thuở dặm trường
Một mình thân gái bước đường thấp cao

Quê người khách lạ khôn chào
Gió trưa ngoài nội, mưa chiều trong thôn
Mấy phen sườn núi bồn chồn
Ngâm câu Hỗ Dĩ [1] thêm buồn nét hoa
Mấy khi lòng suối ruổi qua
Nhớ câu Chiều Chỉ [2] lại sa châu hàng
Quần gai máu hãy lênh lang
Mộ người đã cách một phương xa rồi
Trong kia thăm viếng vắng người
Ngoài này lơ láo biết ai chạy vào
Nhật trình tính kể còn bao
Tiền lưng đã hết chốn nào cậy trông
Mối sầu biết tỏ ai cùng
Vẻ nhăn nét liễu bước chùng gót sen
Tỳ bà mấy tiếng dạo lên
Sầu buông ngoài khúc oán rền trong dây
Tượng thân mấy lúc cầm tay
Đã năn nỉ bóng lại ngây ngất người
Ví chăng bát nước vẫn đầy
Tơ kia còn thắm khổ này cũng cam
Ví chăng hoa mới đương thơm
Người khi trái mắt, ta làm lỡ duyên
Rồi đây tân khổ ai đền
Sông sâu chứa thẹn núi trên chất phiền
Có khi người chửa đã quên
Ngoài này ta những bàn thêm đôi lời
Bến tình chưa chút vơi vơi
Nhẽ đâu bạn cũ ra người đường du
Những e cửa ngõ bể sâu
Quần nâu thoa cỏ [3] dễ đâu lọt vào
Lại e xe ngựa ngôi cao
Thân cô mạo khiếp dễ nào nhận ra

---

1 Hỗ Dĩ (岵屺): chữ trong Ngụy Phong, Kinh Thi, chỉ lòng tưởng nhớ cha mẹ.
2 Chiều Chỉ (沼沚): chữ trong Thiệu Nam, Kinh Thi, chỉ việc thờ cúng.
3 Thoa cỏ: thoa là áo bện bằng lá, ở đây là lá cỏ.

Thôi đừng tính toán gần xa
Song thân tượng đó rồi ta liệu dần
Ở ngoài người nhận đến thân
Ở ta, ta há phụ ân thẹn thùng
Một mình lòng lại hỏi lòng
Non non nước nước ngó cùng ngoài ai.

Kinh sư thành đã đó rồi
Di Đà chùa đó khi vui mở đàn
Trông lên bát nhã nghiêm trang
Phật tòa gian rộng hành lang dãy dài
Mấy từng ngọc tháp bảo đài
Suốt ngày mõ váng lưng giời chuông khua
Thông dưới núi trúc bên chùa
Thiền tăng bến giác ni cô vườn kỳ
Hương bối diệp nước dương chi
Linh San có hội trụ trì có nơi
Chân tu hòa thượng một người
Pháp danh Ngũ Giới tám mươi tuổi già
Ở đây vô ngại đàn ta
Nào là tiến phúc nào là độ vong
Nào đồ thí xá mười phương
Nào cơm pháp hỷ nào hương tĩnh đường
Hai người đàn việt đâu sang
Chép tên duyên bạ nói đăng bố thi
Đạo trang nàng tới vừa khi
Lưng chân dung đội tay tỳ bà mang
Quan san kể mấy dặm trường
Một mình sớm tối khúc đàn độ thân
Mai đây gặp hội tiến thân
Sẵn lòng ta gửi một phân cho người
Bước vào sư đã thỉnh trai
Hai người đàn việt hỏi bài đàn ngay
Nàng rằng hạnh hiếu khúc này
Thay câu tụng niệm, nay tôi xin đàn

Năm cung tiếng nhặt tiếng khoan
Như cơn gió thổi như làn mưa thu
Khúc này là khúc hát ru
Rằng

    Con phải nhớ đức cù lao thay
    Kể từ mười tháng hoài thai
    Ba năm bú mớm mấy hồi gian nan
    Nào khi nóng sốt thuốc thang
    Nào khi mạnh mẽ cháo cơm bù trì
    Đỡ nâng khi mới tập đi
    Mừng khi biết nói mong khi nhớn người
    Vừa khi con đã nhớn rồi
    Khuyên con lấy học làm vui mới đành
    Sớm khuya nào sử nào kinh
    Nào thơ nào phú tập tành dạy đi
    Khoa thi lại giục ra đi
    Đợi con vinh hiển cẩm y về làng
    Khi con đường một dặm trường
    Những e ăn gió nằm sương không đành
    Khấn cầu bói toán đinh ninh
    Đường về lại tính một mình băn khoăn.

Não nùng tiếng hát tiếng đàn
Khiến người nghe đó phải tan nát lòng
Nàng vừa ba khúc hát xong
Những người đàn việt mặt trông còn nài
Sẵn dây mấy tiếng khoan thai
Bài đàn lại kể lôi thôi tấm tình
Rằng:

    Con nghĩ đến thân mình
    Chơi xa phải sớm quy trình liệu ngay
    Từ ô kìa loại chim bay
    Kiếm mồi mớm lại huống rày người ta.
    ...[1]

---

[1] Có lẽ ở đây thiếu mất vài câu.

13. Ba năm tái ngộ xót bao tình

Quý nhân dạo cảnh vô thăm
Vội ra nàng đã quên cầm chân dung
Vô tâm đất khách lạ lùng
Chẳng ngờ vào đó Thái Ung chính hồn
Nhớ quê người những bồn chồn
Trông tin Lý Vượng đã mòn con ngươi
Đốt tay tính mấy năm giời
Hai thân cùng vợ chừng nơi nửa đường
Thềm cao gậy dép ngày thường
Da mồi há dễ tuyết sương vẫn vờ
Buồng sâu gương sáp sớm trưa
Mặt hoa há dễ nắng mưa dãi dầu
Di Đà chùa nọ xa đâu
Chút dừng xe lọng khấn cầu tòa sen
Bức tranh nhác thấy treo trên
Hỏi rằng:
- Này tượng chi bên chùa này.

Sư rằng:
- Cũng mới ở đây
Tượng này khi hẳn của thầy đạo cô
Thấy người, người lánh ra chùa
Gọi theo người đã Nam Vô chốn nào.

Truyền đầy tớ cất tranh vào
Cùng sư mới bạch thấp cao sự nhà
Sư rằng:
- Phật tại lòng ta
Người nay thành đảo Phật là độ cho.

Trước đàn sư mới nhỏ to
Thập phương tam bảo Nam Vô Di Đà
Hương hoa cúng dưỡng[1] bày ra
Lễ xong rồi mới lân la đường về

---

1 Cúng dưỡng: cúng dường.

Thăm sư qua chỗ nhà tre
Kiếp phù sinh lại hả hê nửa ngày.

Chàng về nàng trở lại ngay
Hỏi thăm người cạnh mới hay là chồng
Trạng Nguyên đã chiếm bảng rồng
Tơ màn đã dắt dây hồng họ Ngưu
Tượng treo tìm khắp thấy đâu
Liệu chừng khi đã nhặt thu tay người
Âu đành đợi đến sớm ngày
Mượn đường khuyến giáo tới ngay thăm nhà
May duyên ta lại với ta
Cũng nhân hội Phật cũng ra lòng giời
Nghĩ đành rồi lại chân dời
Ngày mai đến đó cửa người họ Ngưu.

Tiểu Thư mấy bữa đương rầu
Cha, lòng mới chuyển, chồng, sầu mới nguôi
Sai người đón chửa đến nơi
Ngày ngóng tin gió đêm soi hoa đèn
Nghĩ còn một việc chưa yên
Ông bà mai mốt tới trên phủ này
Trong nhà hầu hạ người đầy
Chọn tay tinh tế khi rày chưa ai
Đi tìm giục giã một hai
Cửa ngoài vừa dẫn một người đạo cô
Trông ra nhạt vẻ điểm tô
Mà phong tư thế họa đồ cũng hay
Hỏi rằng:
- Quê quán đâu đây
Vì ai tới đó trong tay nghệ gì.

Rằng:
- Tôi ngoài chốn kinh kỳ
Tìm nơi no ấm dám khi phô nghề

Cầm kỳ thi họa khỏi chê
Dệt thêu nấu nướng vụng về một hai.

Tiểu Thư nghe chợt lạ tai
Rằng:
- Người quen thuộc có ai trong này
Khác hình nên phải hỏi ngay
Xuất gia từ bé hay rày mới tu.

Nàng rằng:
- Gặp chốn phong lưu
Phận may nhờ phận người cứu ơn người
Tạ lòng chẳng dám dối nhời
Hoa hèn dẫu vậy duyên đôi tự ngày
Cánh hồng mấy độ xa bay
Nên tôi tin nhạn chốn này dò la.

Tiểu Thư lòng nghĩ thiết tha
Hỏi rằng:
- Tên họ chồng nhà là chi.

Thấy tình nàng hãy hồ nghi
Suy trong ba chữ chạnh đi ướm người
Thưa rằng:
- Xấu xí chồng tôi
Tế là họ cũ Bạch Hài tên nay
Trộm nghe tin tức trong này
Vào đây may được gặp đây họa là.

Tiểu Thư vội giục người ra
Hỏi trong các viện các nha lào xào
Ngán cho trông bóng tìm sao
Trông tranh tìm ngựa khi nào thấy cho
Ngay tình Thư lại dặn dò
- Ở đây cửa tướng chớ lo tìm người
Đạo cô tạm trú mấy ngày
Bên ngoài tông tích rồi mai dần dà

Một điều e Tướng Công ta
Thấy đồ lam thắm ở nhà hay kiêng
Tích Xuân, truyền lấy trang liêm
Nào là kim xuyến ngọc điền ở trong
Kiếm vàng kia tặng anh hùng
Phấn hồng này trở tặng cùng giai nhân.

Trông gương nàng những tần ngần
Thấy hoa trang lại thêm phần xót xa
Thưa rằng:
- Tự lúc chàng ra
Bố kinh tựa bóng quần thoa gọi là
Vừa đây liền việc ông bà
Một mình hiếu phục trọn ba năm rồi
Còn người hèn mọn chồng tôi
Bấy lâu kẻ chợ phương giời chưa hay
Phục tang mình lại phải thay
Trọn ba năm nữa mười hai năm[1] dài
Dám đâu ngọc giắt hoa cài
Một mình một bóng thẹn người Hằng Nga.

Chuyện người bỗng thiết vào ta
Tiểu Thư nghe nói lệ hoa đôi hàng
Dâu con cho phải đạo thường
Thấy người những khổ cùng thương thế mà
Nghĩ mình liền có ông bà
Bấy lâu chưa một chén trà thừa hoan
Ngoài thì tiếng để người bàn
Trong thì chàng những phàn nàn bấy nay
Tỉ tê mới hỏi nàng ngay:
- Nhà người sao đến nỗi này xót xa.

Gót đầu nàng mới nói qua
Cơ hoang mấy độ khẳm kha sự nhà

---

[1] Sao lại đến *mười hai* năm? Có lẽ nàng để tang 6 năm (cho bố mẹ chồng, mỗi người 3 năm), rồi thay chồng, để tang thêm 6 năm nữa.

Từ chàng vắng chốn kinh hoa
Tao khang khi khổ ông bà khi đau
Nào khi gọt tóc trên đầu
Nào khi đắp mộ máu dàu ngón tay
Người buồn nghe chuyện buồn thay
Tiểu Thư rằng:
- Nỗi chồng đây thân già
Mấy khi chủ quỹ trong nhà
Biết rằng tần tảo xông pha có rồi
Bây giờ người đón tiện nơi
Biết rằng đường sá xa xôi thế nào.

Nàng nghe đã tỏ ít nhiều
Liệu xem người cũng biết điều phải chăng
Lòng sông dò dẫm mấy từng
Lòng người ướm thử biết chừng mới xong
Hỏi rằng:
- Hai gái đôi lòng
Bà Anh Nga đó mới chung một chồng
Thế thường ghẻ lạnh ai không
Nước triều lên xuống ai đong vơi đầy.

Tiểu Thư thực dạ nói ngay
Rằng:
- Xin người ấy được hay như nàng
Dù trong chủ quỹ tài kham
Thì ta xin nhượng người làm bậc trên
Những lo đi lại tần phiền
Để ta mong mỏi ngày đêm những là.

Nàng rằng:
- Lòng đã không xa
Mà trong quẻ bói gọi ra mới tài
Hẳn người mong vợ Bá Giai
Nó đây lọ phải mượn ai tìm tòi.

Tiểu Thư nghe chưa hết nhời
Vội vàng đứng dậy chào mời tiện nơi

Cầm tay than thở:
- Chị ơi
Vì tôi nên khổ vì tôi nên phiền
Bây giờ xin chị ngồi lên
Cho tôi được lạy một bên mới đành.

Nàng rằng:
- Bèo bọt phận mình
Dám đâu để đến nặng tình lo xa.

Thư rằng:
- Dâu cũng một nhà
Chị ra vất vả tôi ra yên lành
Chị thì hiếu phụ đã đành
Tôi thì người mỉa cái danh để đời
Nay xin áo chị để tôi
Những đồ trang sức ở người thì thay
Chín e cách biệt lâu nay
Có khi người cũ quên ngày ra đi
Hồng nhan lam lũ còn gì
Nào khi sượng mặt nào khi thẹn lòng
Mọi ngày chàng buổi chầu xong
Vui nơi thi quán say trong thi đồng
Chị nay thi họa vốn dòng
Xin đem chữ gấm giãi lòng nàng Tô
Mùi ngon nhớ đến rau dưa
Phú trường môn lọ phải mua mất tiền
Giăng kia khuyết lại đầy lên
Vành kia đứt cũng lại liền như xưa.

Nghe nhời nàng chửa kịp thưa
Dắt vào thư quán thẩn thơ hai người
Lạ cho gặp gỡ trong đời
Xuy duyên bình thủy vào nơi tâm đầu
Tiểu Thơ trở gót về lầu
Một mình nàng mới trước sau đứng nhìn

Ngất cao vách phấn bốn bên
Bày hàng mấy bức treo trên họa đồ
Tranh ta thất lạc ngoài chùa
Bấy lâu tìm hỏi bây giờ thấy đây
Cầm xem nước mắt lại đầy
Sầu ngâm lại viết thơ này sau tranh
Thơ rằng:

  Giá ngọc liên thành
  Tiếc thay của tốt mà sinh vết hình
  Cao Ngư chí hiếu quên mình
  Mà sao Ngô Khởi nỡ đành bỏ tang
  Tống Hoàng nhớ nghĩa tao khang
  Mà sao Ngọc Doãn tham nàng họ Viêm.

Lại câu phong thủy đề thêm
Lại câu liên lý nói riêng với tình:

  Gửi nhời nhắn khách mây xanh
  Tình kia hiếu nọ là danh để đời
  Gợi nhau trong bấy nhiêu nhời
  So câu giăng gió gấp mười ả Thôi
  Thơ ta nước hiệp ngược trôi
  Lòng chàng e lại buồm xuôi gió tà
  Tranh đây chưa chắc nhận ra
  Câu thơ thay nói khi ta trùng phùng.

Để rồi tượng lại treo trong
Lẻn ra nàng mới nói cùng Tiểu Thư.

Trên triều Sinh những thẩn thơ
Khi khuya gác tía khi trưa đền đồng
Khi chầu yến khi chơi rong
Khi nương giăng sáng khi dòng đuốc hoa
Thanh bình nhờ vận nước nhà
Dấy can cũng ít việc ta cũng nhàn
Kinh luân trong mấy quyển vàng
Bóng râm sao nỡ bỏ tàn ngày đêm

Đòi khi kinh truyện dở xem
Vua Ngu họ Dĩnh thánh hiền xưa nay
Nghĩ mình lỗi đạo con đây
Sách nhiều học rộng văn hay ích gì
Những người chẳng biết chữ chi
Lại hay phụng dưỡng thường khi trong nhà
Văn chương những lỗi lầm ta
Ta nay để lỗi mẹ cha tuổi già
Câu phong phỉ vẫn ngâm nga
Người khuê khốn một phương xa sao đành
Văn chương nhưng lỗi lầm mình
Mình nay lại lỗi mối tình với ai
Sách kia xem đã chán rồi
Trên tường coi nét họa chơi giải buồn
Tượng người nhác thấy treo trên
Này tranh được ở chốn thiền môn đây
Kỹ càng ngắm lại mới hay
Biết rằng nét vẽ trong tay ai ngoài
Mắt nhìn rồi lại thở dài
Lạ cho hình tượng như hai thân là
Thân ta còn có dâu mà
Đan thanh đâu để vẽ ra thế này
Gia thư gửi lại tự ngày
Vẫn rằng hình dạng như rày tốt tươi
Bấy lâu tin tức nào ai
Ai đem tượng ấy bên ngoài vào chi
Người ta giống mặt có khi
Mười phần nhìn đó mà nghi chín phần
Ai hay mượn bút văn nhân
Tô ra rõ mặt phong trần giễu nhau
Hay lại học lỗi họ Mao
Không tiền mà vẽ đảo màu Chiêu Quân
Có chăng tượng Phật tượng thần
Khiến người trông thấy phân vân thế này

Tiêu đề hẳn cũng có hay
Cầm xem thấy có một bài thơ đây
Đọc qua Sinh mới ngán thay
Ngờ sao thơ ấy nói ngay việc mình
Ở đây thư quán nghiêm canh
Người ngoài chưa dễ mối manh lọt vào
Đề thơ dụng ý làm sao
Đứng lên Sinh mới hỏi:
- *Nào phu nhân*
Chốn này ai mới dừng chân
Tượng này ai mới nôi vần thơ đây.

Tiểu Thư giả ý hỏi ngay:
- *Dễ mà tượng ấy thơ này từ xưa.*

Sinh rằng:
- *Vừa mới bây giờ*
Kỹ trông nét bút còn chưa ráo mà.

Thừa nhời Thư mới dần dà
Rằng:
- *Trong thơ ấy nói là chi chi*
Nông sâu trong thói làng thi
Dẫu Tương Như gái có khi chưa tường.

Sinh nghe mới dẫn rõ ràng
Một câu một nghĩa toàn chương thích rành
Tiểu Thư xem ý cũng lanh
Mượn trong thơ ấy ướm tình hỏi ngay
Rằng:
- *Trong đạo phải xưa nay*
Cao Ngô Vương Tống ai này phải chăng.

Sinh rằng:
- *Hiếu nghĩa ai bằng*
Cao Ngư hiếu tử Tống Hoằng nghĩa phu
Người dâu kể đến chàng Ngô
Cũng tưởng xiêm áo xô đua với đời.

Nàng rằng:
- Hiếu tử đành rồi
Còn tao khang đó là người cũ xưa
Giàu sang đương lúc bây giờ
Mặt hoa đã khác mái tơ đã tàn
Hình dung vẽ lấy gửi sang
Xem tranh há dễ nay chàng nhớ cho.

Động lòng Sinh những rơi châu
Tức mình rằng:
- Khéo nói đâu những nhời
Phải như Ngọc Doãn con người
Ăn đào chê mận để cười đến nay.

Thư rằng:
- Đã đắn đo đây
Thế tình bạc hãnh chắc hay không rồi
Nói chi những chuyện xa xôi
Cố nhân kia đó mấy hồi khát khao.

Ở đâu nàng mới bước vào
Mắt nhìn Sinh chửa kịp chào hỏi ngay
Rằng:
- Sao ăn mặc nhường này
Hay là bác mẹ ta rày cớ sao.

Nỗi nhà nàng mới thấp cao
Nỗi mình Sinh mới xôn xao khóc liền
Tượng thân nàng lại chỉ lên
Đứng nhìn Sinh đã một bên lạy vào
Than rằng:
- Đất rộng giời cao
Ân cha nghĩa mẹ biết bao cho cùng
Ví dù biết nỗi ở trong
Thân này há dám còn dung trên trào.

Vội vàng treo ấn gói bào
Mới đem gai bả đổi vào phục tang

Ngờ đâu biến cảnh nhỡ nhàng
Một nhà cốt nhục đôi đàng tây đông
Đêm nay trông bóng giãi lòng
Mơ màng còn tưởng người trong giấc hòe.

14. Cuối cùng quan Trạng cũng vinh quy

Ngưu Công trên phủ mới nghe
Trong lòng nghĩ ngợi những e những rầu
Nghĩ mình đã xế bóng dâu
Dây la cỗi bách với nhau bàn hoàn[1]
Chàng nay xuân héo huyên tàn
Bôn tang đành nhẽ từ quan về nhà
Lại thương về nỗi con ta
Thuyền kia theo lái gái ra theo chồng
Con thì sinh trưởng khuê phòng
Cữ mưa tuần giá đường dong thế nào
Mình thì ai kẻ thân bào
Sớm trên chiều dưới lòng sao cho đành
Vừa khi mình nghĩ một mình
Thư cùng nàng đã theo Sinh bước vào
Trông người hỏi:
- Sự làm sao?

Lệ rơi Sinh mới thấp cao giãi bày
Thấy nàng Ngưu Tướng đã hay
Khen rằng:
- Hiếu nghĩa đủ thay dâu người.

Khoan thai Thư mới giãi bày:
- Tôi đây chị đấy dâu nơi một nhà
Chị thì non nước xông pha
Dưỡng sinh táng tử hiếu đà vẹn hai
Tôi thì khuya sớm chẳng hay
Việc trong tang lễ đến rày cũng không

---

1 Bàn hoàn (盤桓): thuần Hán - một số tự điển thuần Việt không có thành ngữ này - nghĩa tương tự như bàng hoàng (彷徨).

Dâu con cùng một đạo chung
Thấy người thẹn mặt tủi lòng lắm thôi
Trước cha xin giãi lòng tôi
Tôi nay tình nguyện nhượng người ở trên.

Dứt nhời nàng vội gửi lên:
- Tôi nay thôn dã phận hèn sao đương
Người trong gác tía buồng hương
Lại còn nhời dụ ngọc đường ở trên
Tao khang dù đã chẳng quên
Thân này được khỏi xuống thềm là may.

Tướng Công nức nở khen thay
Lại khen:
- Con gái nói đây phải rồi
Triệu Nương về đến nhà người
Dẫu quyền quân thượng còn nhời mẹ cha
Bây giờ tình đã một nhà
Đành làm nghĩa nữ ta là ngại đâu
Việc trong ngày tháng còn lâu
Tiểu Thư về đó nàng dầu trông nom.

Nàng thưa:
- Chút phận cũng con
Tự nhà xa bước nhờ ơn đã đành
Tạ lòng nghĩ đến thân tình
Tiểu Thư lại để đồng trình theo sang
Đã thêm sáng chốn cố hương
Hai thân ở chốn suối vàng cũng vui
Chị em trong một nhà rồi
Lòng con đã giãi nhời người dám quên.

Sinh rằng:
- Vâng dạy nhời trên
Chị em là nghĩa đôi bên một lòng
Tôi nay ân hận sao cùng
Một mình đã lỗi hiếu cùng đôi nơi

Bấy lâu cất nhắc ơn người
Dẫu nay xa mặt dám tôi xa lòng.

Một phong thư tấu bệ rồng
Trở về lạy tạ Tướng Công từ hành
Tiểu Thư nước mắt chạy quanh
Lạy rồi rồi mới giãi trình khúc nhôi:
Cha nay tóc tuyết da mồi
Con trong đường ấy tới lui nhỡ nhàng
Ngày nay bằng chẳng theo chàng
Công cô việc đó kẻ bàn người chê
Ngày mai khi trở ra về
Sớm khuya vắng đó những e đứng ngồi.

Tướng Công xót nỗi pha phôi
Trông theo dặn với mấy nhời chưa xong:
Chàng nay bác mẹ đã không
Ta nay thân thích ở trong cũng là
Nghĩ cho cốt nhục một nhà
Về rồi thì liệu sớm mà tới đây
Dù khi sương lạnh gió may
Điếm ngoài phải nhớ ngày ngày gửi thư
Gót đường bao quản nắng mưa
Nghỉ nên sớm, dậy nên trưa, ngày thường.

Vâng nhời Sinh với hai nàng
Bái từ ở chốn phủ đường ra đi
Đôi nơi xiết nỗi thương bi
Những là tử biệt sinh ly khi rày
Giang san ủ mặt chau mày
Sương dầm màu trắng gió bay tóc xòa
Ngậm ngùi khi bước chân ra
Trông sao ngàn dặm chia ba gánh phiền
Quê người mấy giọt lệ liền
Bao giờ rỏ thấm tới miền gia san
Canh khuya buổi sớm vội vàng
Tháng ngày thấm thoát nọ làng Trần Lưu

Hai non Hỗ Dĩ nào đâu
Hai lăng cao ngất một màu cỏ xanh
Xiết bao hối hận tâm tình
Ngày nay chung tứ có mình cũng dư
Bên mồ hoa cỏ lơ thơ
Tấm lòng hiếu tử từ xưa đến rày
Triệu Nương dâu cũ về đây
Ngưu Thư dâu mới bấy chầy chưa hay
Cảnh buồn buồn cả cỏ cây
Bi ai đến cả trên mây dưới rừng
Khi trông họa tượng khóc lừng
Tuyết theo gió đến tối tăm thêm sầu
Ở gần ai kẻ trước sau
Láng giềng Trương Lão vừa đâu thăm vào
Đứng lên Sinh vội đón chào
Tạ rằng:
- Ân cả biết bao xa đền
Nghĩ đây hiếu sự chưa yên
Nhà người rồi phải bước lên thăm người
Tấc thành chưa giãi lòng tôi
Nào hay dấu ngọc đã dời đến nơi.

Trương rằng:
- Trân trọng những nhời
Tướng Công nay đã bảng giời treo cao
Rõ ràng ngọc đái hoa bào
Láng giềng ta những ước ao từ ngày
Song đường tiếc chút chẳng may
Để người hiếu tử chưa hay hết lòng
Thầy Tăng thương lúc ngàn chung
Cũng là số mệnh ở trong nói gì
Bây giờ ơn được vinh qui
Dấu nghiên sáng rõ sân thi thơm tuyền
Cho rằng lộc dưỡng chưa nên
Tấm lòng người chốn cõi tiên vinh rồi

Lão nay vui được tuổi giời
Hôm nay kiêu hãnh thấy người là may
Xin người chớ quá thương thay
Bắt tình theo lễ tốt ngày xưa kia
Ba năm bên mộ nói chi
Trọn đời ngoài mộ ích gì người trong.

Thấy nhời lại xót xa lòng
Vợ chồng cảm tạ Trương Ông khi về
Ba gian hương khói sớm khuya
Một nhà hiếu thuận xa nghe có giời
Cây liền thớ, thỏ quen người
Thần minh cảm động ở nơi chốn này
Ba năm thấm thoát đã đầy
Tang xưa có hạn lòng nay không cùng
Tiểu Thư thêm nỗi nhà trông
Tin kinh luống những mơ mòng từng khi.

Ngưu Công từ lúc biệt ly
Việc công khi nhãng niềm tư ngày càng
Văn khi Bạch Lão muốn san
Gái hiền chưa dễ khuây nàng Kim Loan
Thơ khi Tạ Lão muốn bàn
Rể hiền thôi lại nhớ chàng Hoàng Sơn
Chợt khi nghe rộn phủ đường
Hỏi ra Lý Vượng trên đường tới nơi
Lân la hỏi chuyện nhà người
Việc Trần Lưu mới đầu đuôi rõ tường
Rằng:
- Tôi khi đến đầu làng
Gặp người cố lão họ Trương bên gò
Một mình tẩy quét trước mồ
Ông bà họ Thái duyên do kể tường
Gian nan kể nỗi Triệu Nương
Nhường cơm cắt tóc mọi đường khổ thay.

Ngưu Công nghe hết niềm tây
Than rằng
- Một cửa đời nay mấy nhà
Rồi đây ta tấu vua ta
Trước là tinh biểu sau là tuyên lai
Triều đình hiếu trị lâu dài
Chờ khi đủ lệ cho ai hết lòng.

Tướng Công lựa buổi triều trong
Canh năm ba khắc chùng đồng một lên[1]
Chín lần trước gửi tâu lên:

   Đời nay người thế phải nên tinh đề
   Biển vàng năm sắc mây che
   Một phong đan chiếu sao Khuê giữa giời.

Ơn vua quí trọng những người
Tướng Công thân lĩnh ngự bài tuyên phong
Phong lưu rõ vẻ giá trong
Thung dung đường điểm thẳng dong vó kỳ
Phất phơ hai mái tuyết ty
Yên vàng khấu ngọc trong khi bụi hồng
Dặm hòe rỡ rỡ kiệu rồng
Cõi ngoài gần tới người trong xa đồn
Trần Lưu dậy tiếng hương thôn
Trương nghe đến cửa Trạng Nguyên mách người:
- Ân vua thấm khắp mọi nơi
Chốn này hẳn vị người này chẳng sai

Sinh rằng:
- Mưa móc riêng ai
Đạo tôi nghĩ lại trong ngoài chưa yên
Lòng tôi ôm hận một bên
Có đâu hiếu hạnh động phiền tinh dương.

---

[1] Không hiểu câu này muốn nói gì.

Trương rằng:
- Ta trước chưa tường
Quê mùa cũng ngỡ người phường lợi danh
Nay xem động đến thần minh
Muông chim cây cỏ cũng trình điềm hay
Mới hay chí hiếu xưa nay
Lòng kia đã thấu ân này cũng sâu.

Chủ tân trò chuyện chưa lâu
Trước lều nô nức lính hầu quan ra
Bóng cờ hồi trống tiếng loa
Nào là tàn tán nào là án hương
Huyện quan đem trước tin sang
Thiên triều Tể Tướng tới làng Trạng Nguyên
Chữ vàng hiếu nghĩa nhất môn
Rõ ràng châu dụ ôn tồn ban khen
Hai hàm phong tặng liền lên
Lễ thay cát phục theo trên miếu đường
Mấy phen lạnh lẽo tuyết sương
Bông mai mới được mùi hương ngọt ngào
Người thì ngọc hốt hoa bào
Người thì trâm thúy nhụy điều vẻ vang
Mây hồng phủ bóng tùng dương
Mưa xuân tươi lá cành vàng nảy hoa
Vẻ giời ngàn núi sáng ra
Mừng quan Khâm Mệnh lại là trượng ông
Mười hàng phượng chiếu tuyên phong
Rằng:
- Nay hiếu trị khen dòng thiện gia
Gần ngày phong tục kiêu ngoa
Ba cương bỏ nát một ta thương lòng
Hỏi mi hiếu tử Thái Ung
Giàu sang chẳng đổi hiếu trung dạ này
Triệu Nương khổ hạnh ai tày
Ngưu Thư quyền quý lại hay nhượng hiền

Một nhà hiếu nghĩa vẹn tuyền
Trên ta tinh biểu dưới khuyên thói đời
Chức Trung Lang Tướng cho người
Triệu, Ngưu cho cả hai người phu nhân
Lại cho Thái trượng song thân
Tước này Quang Lộc Quận Quân tặng đề.

Nhời ngọc dụ sắc kim nê
Hương xông lều cỏ tiếng nghe suối vàng
Khấu đầu bái tạ khuyết đường
Nén hương trước án tấc gang gần giời
Cảm ân ba mặt một nhời
Ba câu vạn tuế ba người chúc quân
Tướng Công lại lấy tình thân
Cần quyền ra đến trước phần lạy thăm
Biết bao sơn hải cao thâm
Ơn này khắc cốt minh tâm sao cùng
Tướng Công trò chuyện ung dung
Bấy nay muôn dặm tấm lòng xa xa
Thân hiền ấy ở vua ta
Tiện đường ta lại một nhà rể con
Mấy năm cho dẫu xa buồn
Mà nay gia khánh quốc ân còn dài
Thấy Trương mới hỏi rằng:
- Ai?

Đứng lên vừa gửi:
- Quảng Tài tôi nay...

Đỡ nhời Sinh đã nói thay:
- Tôi thân sinh tử người tay chu tuyền
Xót vì ân nghĩa chưa đền
Thực người trưởng giả ở bên láng giềng.

Ngưu Công nghe nói cũng khen
Rằng:
- Người chặt chẽ đã nên kính người

Rể con xa vắng nay mai
Ơn kia chưa dễ một hai nhẹ nhàng
Hoàng kim mười lạng lễ thường
Cũng là của Thái ơn Trương khi nào
Gọi là vật ít tình nhiều
Non vàng dễ xứng lòng cao sĩ này.

Trương rằng:
- Chút nghĩa bấy nay
Rể người xa cách xót đây dường nào
Của này lệnh nhạc chẳng bao
Tự tôi những thẹn làm sao giúp người.

Sinh rằng:
- Vàng đó lòng tôi
Rồi ra còn đến cửa giời một tâu.

Trương rằng:
- Thôn dã dám đâu
Lòng vàng xin lĩnh lọ âu là vàng.

*Ngưu Công nghe hết thở than
Rằng:*
- Người cao nghĩa khó toan ép nhời
Lão phu đợi lúc tới nơi
Xin vua ơn rộng đến người nghĩa sâu.

15. Một nhà vinh hiển chốn thành đô

Một nhà vui vẻ xiết đâu
Đệm hoa sao dõi cửa lầu giăng treo
Thềm hương nức, ngõ hoa chào
Xuân đầy nhà gấm bóng cao sân hòe
Bên gò mấy chữ biểu đề
Tiếng thơm ghi tạc nhớ về ân vinh
Vân đài một tọa đẩu tinh
Giản Nam hai bộ Thi Kinh thái tân

Nào khi cắt tóc mấy xuân
Tóc mây nay đã thêm phần tốt tươi
Nào khi miếng cám cầm hơi
Bây giờ yến ngọc nói cười bạn tiên
Nào người hẹn khúc đình liên
Khúc vui nay điệu kim tiền phong lưu
Nào khi vui chén giăng thu
Bây giờ rượu chúc bạch đầu cùng nhau
Tiệc hoa xong chốn Trần Lưu
Đế kinh đường cũ theo sau tướng thần
Cùng vào lạy tạ thánh quân
Đền rồng rỡ rỡ một sân loan hoàng
Thung dung về chốn phủ đường
Tiệc vui mở hội đoàn loan suốt ngày
Đôi hàng hòe quế sân đầy
Danh truyền bốn cõi phúc đầy ngàn thu
Cho hay hiếu nghĩa trước sau
Ở trên triều thánh quên đâu những ngày
Ơn vua dễ thấm lá tươi
Một nhà quản lĩnh lòng tôi thẹn gì
Muôn đời sử truyện còn ghi
Ngày nay mong lại thịnh kỳ mở ra
Dâu hiền con thảo trong nhà
Bốn phương chăn gối âu ca thái bình.

Truyện Tỳ Bà

Đoàn Tư Thuật & Nguyễn Khắc Hiếu

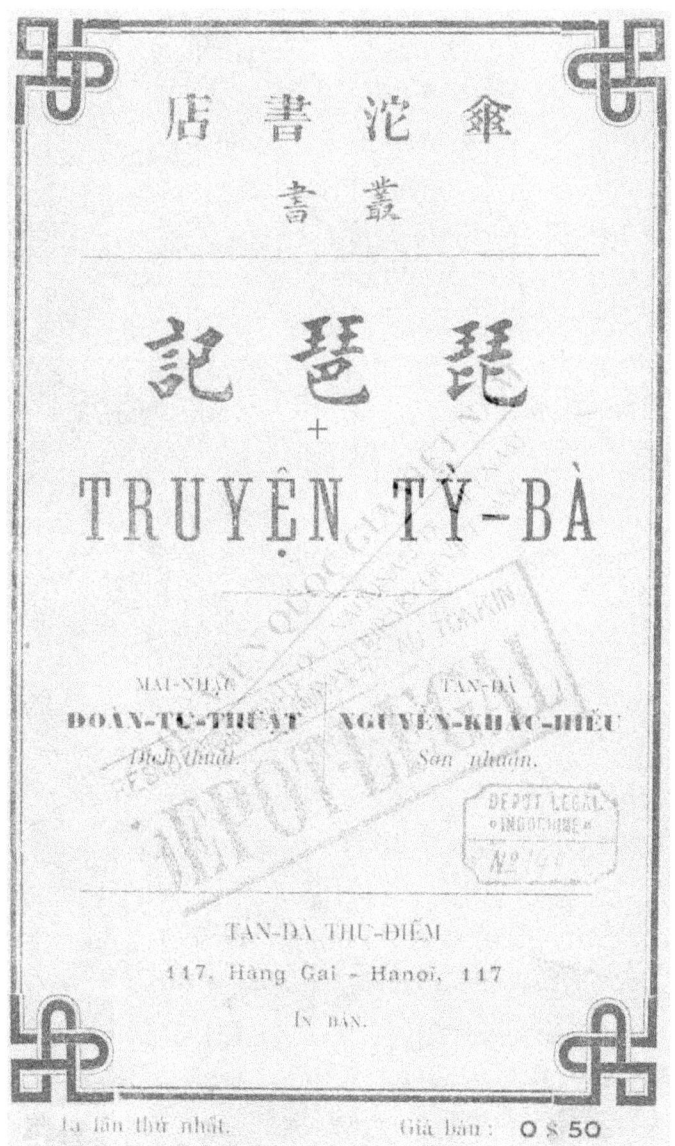

Mục-lục các hồi

HỒI THỨ NHẤT
Trước cao-đường một tiệc rượu Xuân;
Ngả Nam-phả hai hàng lệ biệt.

HỒI THỨ HAI
Nhà trên ông lớn đòi có gái;
Vườn cảnh con hầu động cơn xuân.

HỒI THỨ BA
Trận bút trường văn quan trạng mới;
Ngày xuân vườn hạnh yến vua ban.

HỒI THỨ TƯ
Buồn vợ trông gương ngán nỗi chồng;
Mong con tựa cửa đau lòng mẹ.

HỒI THỨ NĂM
Tình riêng ép-uồng quan Thừa-tướng;
Duyên mới bâng-khuâng chú Trạng-nguyên.

HỒI THỨ SÁU
Hờ phận hồng-nhan khi kém đỏi;
Đau lòng hiếu-phụ lúc chay ma.

HỒI THỨ BẢY
Hồ mát sen thơm khách thưởng đàn;
Đêm thu giăng sáng người chung bóng.

HỒI THỨ TÁM
Người khuê-các nên thân hành-khất;
Khúc tỳ-bà ai oán vì ai.

Các người trong truyện

Triệu-Thị (tức là Triệu-ngũ-nương, là người đánh cái tỳ-bà).

Thái-Sinh (tức là Thái-Ung, Thái-Bá-Giai, là chồng Triệu-thị).

Thái-Ông là bố Thái-sinh, là bố chồng Triệu-thị).

Thái-Mẫu (là mẹ Thái-sinh, là mẹ chồng Triệu-thị).

Trương-Công (tức là Trương-quãng-Tài, bạn làng giềng nhà họ Thái).

Ngưu Tiểu-thư (tức là Ngưu-thị, là người vợ của Thái-sinh lấy sau).

Ngưu Thừa-tướng (tức là Thái-sư, là bố Ngưu-tiểu-thư, là bố vợ sau của Thái-sinh).

Tịch-Xuân (con hầu của Ngưu Tiểu-thư).

Viện-tử.
Vú già.
Đồ Béo.
Chủ-khảo.
Phủ-doãn.
Tả hữu.
Bảng-nhãn Trọn.
Thám-hoa Xóc.
Quân lính.
Mụ mối.
Hoàng-môn-quan.
Lương-quan.
Lại-mục.
Lý-trưởng.
Các người lính trần.
Các gia-nhân Trương-công.
Sư cụ.
Các Tiểu.
Các người chơi hội chùa.

Bài Tựa của Tản Đà

Ngựa tuấn nọ để còn xương thiên lý, ngàn vàng chưa dễ mấy
     ai mua;
Ngọc bích kia chưa tỏ giá liên thành, giọt lụy chớ hoài riêng
     kẻ khóc.
          Cho nên
Lan có cây mọc trong hang tối;
Gà có con rứt[1] bỏ lông đuôi.
Đem tài hoa mà ai oán với trần ai,
          Chẳng thà
Giấu hương sắc để lánh chơi ngoài cõi tục.
          Vậy
Ấy đã thế gian là thế, giận làm chi mà dỗi nữa làm chi.
Thôi thời tri kỷ mà chi, tẻ cũng thế có vui thời cũng thế.
Ngẫm từ trước biết bao tài tử,
Mà trong trần nào mấy tri âm;
Bạch tuyết dương xuân,
Cao sơn lưu thủy;
Chẳng cứ gì Tây Sương với Tỳ Bà Ký;
Chẳng cứ gì Khuất Nguyên với Cao Đông Gia.
Nếu trần ai ai cũng biết ai,
Ai còn phải vì ai cảm khái.
Cội thông lụa chơ vơ đỉnh núi, đầm thấm tuyết sương,
Bông hoa đào hớn hở gió đông, đại đẳng ong bướm.
Kiếp văn tự ngẫm ra nhường cũng rứa, trải trăm tuổi đến khi
     đầu bạc, phí bao nhiêu tiếng khóc tiếng cười.
Khách cổ kim nào có khác chi nhau, hỏi nghìn thu xin giọt
     mực đen, xóa cho hết chữ tài chữ ngộ.

---

[1] Bản gốc in là *rước*, vần quốc ngữ do Tản Đà tự chế.

Nay tôi xem quyển truyện Tỳ Bà của ông Đoàn Tư Thuật dịch thuật mà trước có bài tựa của ông Mao Thanh Sơn;

Vậy tôi có mấy nhời viết đây, rồi xin viết đến bài tựa về quyển Tỳ Bà quốc văn của ông Đoàn Tư Thuật.

Nguyên ông Đoàn Tư Thuật thuật ở quyển Tỳ Bà của Cao Đông Gia[1] ra quốc văn, có đủ hơn bốn mươi hồi. Tôi lạm bỏ đi có đến mươi lăm hồi; còn thời xếp đặt lại, thu làm tám hồi, trong cũng có thêm bớt thay đổi nhiều ít. Nghĩ như một truyện Tỳ Bà, Thái Bá Giai nguyên là người thế nào, Cao Đông Gia nguyên dụng ý thế nào, nay cũng không cần xét; như quyển Tỳ Bà này, văn chương của ông Đoàn Tư Thuật thế nào, đem diễn ở sân hát thời thế nào, thật cũng chưa dám biết. Cảm hoài khôn xiết, chỉ lấy vì một người đàn bà ở trong truyện là Triệu Ngũ Nương.

Ngũ Nương người họ Triệu,
Quê ở quận Trần Lưu,
Vợ chồng hai tháng mới cùng nhau,
Nam bắc đôi nơi đà cách rẽ.
Phận là gái vì chồng nuôi bố mẹ
Nhà thời nghèo, nhiều nỗi đáng thương tâm:
Khi dưỡng sinh, ăn cám để nhường cơm,
Lúc tống tử, lo ma mà cắt tóc.
Lòng hiếu phụ tơ vò chín khúc
Mồ công cô tay đắp hai ngôi.
Khúc tỳ bà ai oán vì ai
Nước non lặn lội xa khơi tìm chồng.
Ấy là truyện người xưa
Không biết có hay không

---

1 Có lẽ là ngoại hiệu của Cao Minh.

Có chăng,
Tưởng cũng đủ khuyên lòng cho thiên hạ.
   Than ôi!
Luân thường kém giá
Phong hóa thêm buồn.
Nữ tắc mất khuôn,
Đài gương chửa tỏ.

    Quyển Tỳ Bà này của ông Đoàn Tư Thuật mà nếu có ít nhiều bổ ích cho những khách quần thoa trong gác tía lầu son, dưới mái gianh lều cỏ, ấy thời là một chút tình trông mong của kẻ san nhuận đem in vậy.

Tản Đà Thư Điếm
Chủ nhân
Nguyễn Khắc Hiếu
Tựa
Hà Đông Décembre 1922

Bài Tựa của Mao Thanh Sơn

Ông Tư Mã Thiên soạn văn ông Khuất Nguyên, có bình phẩm một câu rằng: "Văn Quốc Phong hiếu sắc mà không dâm; văn Tiểu Nhã oán tức mà không loạn. Như văn Ly Tao của Khuất Nguyên có thể được cả hai điều ấy."

Tôi từng đem câu ấy mà bàn về Tây Sương với Tỳ Bà. Vì làm sao? Tây Sương gần giống như Quốc Phong mà Tỳ Bà gần giống như Tiểu Nhã. Nhã xem với Phong thời là nền nếp hơn. Cho nên về đời nhà Nguyên, những văn từ khúc mà kể là hay, có Tây Sương với Tỳ Bà; song Tây Sương với Tỳ bà cùng là truyện tình mà ở Tây Sương thời tả những tình giai nhân tài tử, đợi giăng chờ gió, hẹn liễu thề hoa; ở Tỳ Bà thời tả những tình hiếu phụ hiền thê, dạ sắt lòng son, gương trong ngọc chuột. Vậy nên cùng là truyện tình mà văn Tây Sương thời tình chuyên là tình, xem Tây Sương, thường không khéo nhân cái tình mà hại đến thiên tính; văn Tỳ Bà thời tình mà là tính, biết xem Tỳ Bà thời bao những cái tính tốt, đã thấy ngụ ở trong chữ tình. Vậy mà ai cũng thích Tây Sương, ít người thưởng thức đến Tỳ Bà, nếu như thế thời Kinh Thi ba trăm thơ, chỉ nên lấy Quốc Phong mà bỏ hết những thơ Nhã hay sao?

Tôi nhận thấy truyện Tỳ Bà này có quan thiết về đường phong hóa, mà văn cũng hay, vậy nên tôi soạn lại mà phê bình, đề nhan là "Đệ Thất Tài Tử." Ôi, thế nào gọi là tài? Uất ở trong thời là tình, phát ra ngoài thời là văn. Văn với tình cùng hay, như Cao Đông Gia làm ra truyện Tỳ Bà này, thật đáng là một tay tài tử vậy.

Khi xưa, đức Khổng san Kinh Thi, thơ nước Vệ có đăng vào Nhã, thơ nước Lỗ có đăng vào Tụng, thơ nước Tần có đăng vào Quốc Phong mà duy nước Sở không có thơ. Cách mấy trăm năm sau, Tư Mã Thiên soạn văn Ly Tao để sánh với Phong cùng Nhã; từ đấy mà cái văn của Khuất Nguyên mới đứng vào bực văn chương các nước trong đời Xuân Thu.

Than ôi! Tài như Khuất Nguyên, chẳng may mà sinh không gặp thời đức Khổng, để đến nỗi mai một cái tài vào trong buổi loạn lạc lưu ly; nhưng còn may mà sinh vào trước đời Tư Mã Thiên, cho nên cái văn còn truyền đến bây giờ. Thế mới biết tình không thể vùi được cho mất; văn không thể che được cho khuất; tài cũng không thể ai đè nén được mãi. Từ xưa đến nay, thiên hạ bao giờ cũng vẫn có người tài, chỉ tiếc cho ở đời không gặp người tri kỷ đó mà thôi.

Khi buồn vắng vẻ trần ai,
Khi vui âu cũng có người biết ta.
Chẳng gần thời cũng có xa,
Trăm năm sau trước cũng là tri âm.

Nay tôi lấy bộ Tỳ Bà của Cao Đông Gia đứng làm một pho tài tử, cũng xin học như Tư Mã Thiên mà soạn văn Khuất Nguyên.

Tản Đà lược dịch

Hồi Thứ Nhất

> Trước cao đường một tiệc rượu xuân,
> Ngả Nam Phố hai hàng lệ biệt.

Thái Ông, Thái Mẫu, Thái Sinh, Triệu Thị, Trương Công.

Thái Sinh:

(Giá Cô Thiên)

Tống Ngọc tài cao chửa mấy mươi,
Tử Vân biết chữ cũng hư hoài.
Sao Khuê đã sáng ba nghìn trượng,
Sức gió xem nhau mấy dặm dài.
Tôi giúp nước,
Học hơn đời,
Ngọc đường kim mã dễ nhường ai.
Thừa hoan luống nặng tình khuya sớm,
Hai chữ công danh tạm gác ngoài.

Tiểu sinh họ Thái,
Biểu tự Bá Giai.
Văn chương đứng bực anh tài,
Âm luật sẵn nghề phong nhã.

Cũng hay rằng bé đi học, nhớn ra làm, mong một bước mây xanh muôn dặm,
Nhưng rứa mà vào phải hiếu, ra phải đễ, nặng tấc lòng đầu bạc hai thân.
Vậy thời chi cho bằng bát canh rau dưới gối hầu vui,
Ấy mới thực là chữ thiên tước tự giời cho sẵn.
Và chăng, duyên Tần Tấn mới xe trong hai tháng,
Làm bạn cùng Triệu Ngũ Nương người quận Trần Lưu.
Kể dung công chưa dám nói hơn ai,
Xem ngôn hạnh cũng nên người hiền phụ.
Nghĩ như trong gia đình của tiểu sinh hiện nay, thật là

    Phu thê hòa thuận,
    Phụ mẫu khang ninh.
    Gặp ngày xuân âu sửa bữa rượu xuân,
    Để kính chúc hai thân trường thọ.
 Nương tử đâu, đã bày xếp xong chưa, để mời thầy mẹ ra.

(Thái Ông, Thái Mẫu cùng Triệu Thị cùng ra)

Thái Ông:

    Phơ phất đông phong lùa cửa ngang,
    Cỏ non lấm tấm mọc bên đường.

Thái Mẫu:

    Người thêm một tuổi ngày thêm yếu,
    Xuân cũ qua rồi xuân mới sang.

Triệu Thị:

    Rượu xuân một tiệc chén quỳnh tương,
    Sặc sỡ hoa như gấm giải hàng.
    Xuân cảnh có hoa, người có rượu,
    Năm năm hoa rượu trước xuân quang.

(Thái Sinh, Triệu Thị mời rượu)

Thái Sinh:

    Gió xuân lọt bức rèm thưa,
    Đình vi tịch mịch hương đưa lạnh lùng.
    Trên thềm nương bóng cao tùng.
    Nửa lòng mừng trộm, nửa lòng lo thay.
    Năm năm dâng chén rượu này,
    Hai thân trường thọ cho đầy trăm năm.

Thái Ông:

    Cha nay đầu tóc đã sương pha,
    Trải một xuân quang, tuổi đã già.
    Công danh con nối nghiệp ông cha,
    Thấm thoát xuân xanh chợp mắt qua.

(Thái Sinh, Triệu Thị mời rượu)

Triệu Thị:

>Tơ duyên e ấp liễu bồ,
>Chén mời luống hãy thẹn thò tấc son.
>Lo sao trọn việc tần phồn,
>Mừng nay cha mẹ dâu con sum vầy.
>Năm năm dâng chén rượu này,
>Hai thân trường thọ cho đầy trăm năm.

Thái Mẫu:

>Nghĩ cảnh gia đình hiếm quế lan,
>Bóng dâu đà gác núi Tây San
>Mừng nay dâu mới nên hiền thảo,
>Con độc mong cho được cháu đàn.

(Thái Sinh, Triệu Thị mời rượu)

Thái Sinh:

(Y Bất Tận)

>Non sông muôn kiếp còn xanh biếc,
>Cầm sắt trăm năm chữ ái ân.
>Thờ cha kính mẹ,
>Tốt vẹn một nhà xuân.

(Cùng vào)

Trương Công (ra):

>Tình lân lý gần bên họ Thái,
>Tôi họ Trương tên gọi Quảng Tài,
>Nghe kỳ thi đã tới nay mai,
>Mà không biết
>Thái công tử hôm nào thượng lộ.
>Vậy tôi phải sang chơi hỏi thăm qua.

(Vào)

Thái Sinh (ra):

>Cửa Vũ mênh mông sóng lụt giời,
>Cá rồng đua gió cưỡi mây chơi.

Công danh là cái nợ trên đời.
Đã biết cầu hiền nay gặp hội.
Luống còn chữ hiếu để cho ai,
Tam công khôn đổi một ngày nuôi.

Trương Công (ra):
Thái lang ơi! Nghe kỳ thi nay đã ngặt ngày rồi, lão phu sang hỏi thăm hiền lang định đến hôm nào xếp hành trang thượng lộ.

Thái Sinh:
Tiểu sinh nay chút vì hai thân tuổi tác, cho nên không dám bỏ mà đi xa.

Thái Ông (ra, chào Trương công rồi nói chuyện):
Ấy cụ nghĩ hộ cho, như nay nhà vua có chiếu cầu hiền, quan Huyện đã tiến cử cho nó, thế mà bảo nó sắm sửa để đi thi, nó cứ rằng nó không muốn đi.

Trương Công:
Cụ phải bắt thầy ấy đi thi, mới được.

Thái Mẫu (ra):
Cụ lại không rõ nhà tôi nào có năm giai ba gái gì cho cam, chỉ có một mình nó thời còn đi đâu được.

Thái Ông:
Bà nói làm gì thế. Bây giờ những người đi thi, nhà ai cũng năm giai bảy gái cả hay sao.

Thái Mẫu:
Này tôi nói thật cho ông nghe, ông bây giờ mình già tuổi yếu, tôi thời cũng mắt lòa chân chậm, biết mưa nắng lúc nào; nếu nó đi vắng, nhỡ có điều gì thì làm sao.

Thái Ông:
Đàn bà cứ hay nói lôi thôi!

Thái Sinh:

Nhời cha dạy thời thật là phải; nhưng con không thể dứt[1] lòng mà đi được, thưa cha.

> Ơn mẹ công cha tựa bể giời,
> Hầu vui còn được mấy hôm mai.
> Áo xiêm xin để nhường thiên hạ,
> Ban thái vui lòng học Lão Lai.[2]

Thái Ông:

Nếu cứ thế, thời bây giờ những người đi thi, ai cũng không có bố mẹ mới đi được hay sao! Thôi tao biết mày rồi, mày chỉ quấn với vợ mày, cho nên không muốn đi thi đó mà thôi. Này con ơi, con đã đi học thời cha nói một truyện trong sách cho con nghe: ông Đại Vũ ngày xưa cưới bà Đồ Sơn mới được bốn ngày thời phải đi vắng ngay; nay mày cưới đã hai tháng mà còn chưa dám rời vợ ra, hay sao?

Trương Công (cười):

Hiền lang, có phải thật thế hay không?

Thái Mẫu:

Có phải là nó nghĩ như thế đâu mà nói oan cho nó. Vả lại như ông Tăng Sâm ngày xưa là chí hiếu thời ông ấy có thi đỗ gì đâu.

Thái Sinh:

Bẩm như nhời mẹ con nói là phải quá, xin cha xét lại cho.

Thái Ông:

> À! Con chỉ biết chiều theo ý mẹ,
> Cớ làm sao coi rẻ nhời cha!

---

1 Bản gốc in là *rưỚch*, vần quốc ngữ Tản Đà tự chế.
2 Ban thái là cái áo sặc sỡ. Ông Lão Lai ngày xưa đã bảy mươi tuổi rồi, còn mặc cái áo sặc sỡ múa ở trước mặt cha mẹ, cho được vui lòng cha mẹ.
                                      [*chú thích của soạn giả*]

Thôi, tính kỳ thi nay đã không xa,
Xếp hành lý kíp mà thượng lộ.

(Vào)

Trương Công:

Nghiêm ý đã rằng nhất quyết,
Hiền lang nên phải kính tuân.
May một mai phỉ chí phong vân,
Âu cũng bõ mười năm đèn sách.

Làm giai nên quyết chí khoa danh,
Một bước đường mây lúc tuổi xanh.
Báo hiếu gì xem hơn chữ hiếu,
Ba sinh không phụ đức sinh thành.

(Vào)

Thái Mẫu:

Thôi con ơi!
Nay nhời cha đã quyết,
Con cũng phải đành theo.
Nhưng nghĩ cho cảnh nhà ta con một nhà nghèo,
Xa cha mẹ để con tìm lấy danh cao lợi nhớn.
Một mai nữa đèn tàn tắt ngọn,
Sướng cho con áo gấm về làng!
Thôi nay đà mẫu tử hai phương,
Mong cho con được khoa tràng nhẹ bước.

(Vào)

Thái Sinh:

Khốn nạn cho tôi! Như nhời cha quở làm vậy, lại nhời mẹ trách làm vậy, thời tôi biết nghĩ sao?

Triệu Thị (ra):

Chim xuân gọi tỉnh giấc mơ màng,
Nhìn mái mây xanh loạn bóng gương.

Thượng uyển mảng tin chàng gióng ngựa,
Ruột tằm bối rối sợi tơ vương.
    Quan nhân ơi,
Năm nhớ mười thương,
Thôi sự vợ chồng âu đã vậy.
Mình già tuổi yếu,
Trên còn thầy mẹ nghĩ sao đang!
    Quan nhân ơi,
Công danh gánh nặng như vàng!
Nhẹ thay chữ hiếu xem nhường cái lông!
Đường mây cho bổng cánh hồng,
Mà tình phản bộ¹ thẹn cùng quạ đen!
Vậy mà đi cho đành được hay sao?

Thái Sinh:

Nay nhời cha quở trách làm vậy, không có thể bày tỏ cái tâm sự của mình ra được, thời biết làm thế nào!

Thái Ông (ra):

Hài nhi, nào hành trang con đã xếp xong chưa?

Thái Sinh:

Bẩm thưa cha, để con xin soát lại một lượt, xem có còn thiếu cái gì hay không, và để cho mời Trương Công sang chơi, con còn muốn dặn ông ấy một đôi câu ở nhà.

                                            (Thái Sinh, Triệu Thị vào)

Thái Ông:

Làm học trò đến ngày đi thi mà cứ phải ép uổng; lại câu chuyện của đàn bà, thật là lôi thôi.

Thái Sinh:

Bẩm hành trang con đã xếp xong rồi, chỉ còn đợi Trương Công một chút.

---

1 Phản bộ là mớm trả lại. Có một thứ quạ biết mớm cái ăn trả lại cho mẹ nó, cho nên thứ quạ ấy cũng gọi tên là *con chim hiếu*. [*chú thích của soạn giả*]

Trương Công (ra):

>Chống kiếm đeo bầu rượu,
>Giang hồ ngán bước đi.
>Công danh đà quyết chí,
>Ly biệt có làm chi.

Lão phu nghe hiền lang hôm nay đi thi, vẫn sẵn lòng sang để tiễn chân.

Thái Sinh:

Cảm ơn cụ. Tiểu sinh hôm nay vạn bất đắc dĩ phải đi vắng xa, anh em không có, thân thích cũng chẳng có ai, ở nhà tình cảnh thanh bạch, cha mẹ thời già, chỉ có một mình tiện nội thời là phận đàn bà, và lại ít tuổi chưa biết lo liệu gì, vậy xin nhờ cụ thường thường chiếu cố giúp đỡ cho, tiểu sinh không bao giờ dám quên ơn.

Trương Công:

Lão phu xin nhận nhời, hiền lang cứ yên lòng mà đi thi, đừng nghĩ ngợi gì nữa.

Thái Ông:

>(Trường Tương Tư)
>
>Non mấy trùng,
>Nước mấy trùng.
>Nước non nghìn dặm gánh tang bồng,
>Lòng ai không nhớ nhung.
>Cha cũng mong,
>Mẹ cũng mong,
>Mong con vin quế chốn thiềm cung,
>Mười năm cho bõ công.

(Thái Mẫu, Triệu Thị cùng ra)

Thái Mẫu:

>Dưới gối con đi để mẹ buồn,
>Con đi một bước mẹ sầu tuôn.

Tiêu sầu con có thương vì mẹ,
Tin tức chân giời nhớ gửi luôn.

Thái Sinh:

Thôi xin chúc thầy mẹ ở nhà mạnh khỏe,
Để con xin dấn bước ra đi.
Trong năm nay con phải liệu về,
Xin thầy mẹ vợi về thương nhớ.

(Thái Sinh khóc)
(Thái Mẫu cũng khóc)
(Triệu Thị cũng khóc)

Trương Công:

Trượng phu chi thiếu hai hàng lệ,
Hồ dễ tuôn rơi lúc biệt ly.
Thôi hiền lang cũng đừng nghĩ chi nữa.

(Thái Sinh tạ biệt)
(Thái Ông, Thái Mẫu, và Trương Công vào)

Triệu Thị:

Tâm sự thiếp trăm đường nghìn nỗi,
Mảnh tình riêng biết nói ai cùng.
Sáu mươi ngày nghĩa vợ tình chồng,
Tám mươi tuổi cha già mẹ yếu.
        Quan nhân ơi,
Ngậm ngùi trong lúc biệt ly,
Thương đâu đàn đứt, sầu gì gương tan.
Chín e bóng hạc xa ngàn,
Ngọn đèn trước gió giữ toàn được sao?

Thái Sinh:

        Nương tử ơi,
Đoạn trường này lúc chia bào,
Lòng nào buông dứt, nói sao hết nhời.

> Ngậm tình, hạt lệ tuôn rơi,
> Này thôi góc biển bên giời từ đây.

Triệu Thị:

> > Quan nhân ơi,
> Cùng nhau chưa đã mấy ngày,
> Cơ duyên vội có lúc này hợp tan.
> Chàng đi, chẳng quản quan san,
> Thiếp về, nào quản chăn đơn lạnh lùng.
> E thay sương tuyết giời đông,
> Xuân già huyên yếu cội không che cành.

Thái Sinh:

> > Nương tử ơi,
> Phải rằng tham lấy công danh,
> Chút vì vâng mệnh cho đành lòng cha.
> Hai thân một tuổi một già,
> Việc nhà gánh vác việc là việc chung.
> Một ngày là nghĩa vợ chồng,
> Kẻ đi người ở thay lòng hôm mai.

Triệu Thị:

> > Quan nhân ơi,
> Đường về sớm liệu một hai,
> Lầu hồng xin chớ say nơi giang hồ.
> Cho không thương đến phận bồ,
> Bóng dâu âu cũng nên lo vì tình.
> > Thôi thôi,
> Chắc đâu mà dặn đinh ninh,
> Miệng mình mình nói, tai mình mình nghe.

Thái Sinh:

> > Nương tử ơi,
> Muốn đâu những nỗi xa lìa,
> Riêng ai đợi sớm chờ khuya đành lòng.

Nỡ đâu ai có phụ lòng,
Lòng nào ai có say cùng nguyệt hoa.
    Nương tử ơi, thôi,
Từ đây cách biệt quan hà,
Đường chia đôi ngả, lệ sa bốn hàng.

                                                (Hai người chào nhau rồi biệt)

Thái Sinh:
    Sầu tuôn rải rắc dặm trường,
    Bóng chiều trông lại soi vàng gốc dâu.

                                                                (Vào)

Triệu Thị:
    Người lưng ngựa, kẻ bên lầu,
    Tương tư một giống, ngậm sầu đôi nơi.

                                                                (Vào)

Hồi Thứ Hai

Nhà trên ông lớn đòi cô gái.
Vườn cảnh con hầu động cỡn xuân.

Ngưu Thừa Tướng, Viện Tử, Ngưu Tiểu Thư,
Vú Già, Tích Xuân.

(Ngưu Thừa Tướng ra, Viện Tử ra hầu)

Ngưu Thừa Tướng:
Tiếng ngọc xa lui dưới cửu trùng,
Hương thừa đượm áo ngát xuân phong.
Tấc lòng lo nước đầu pha tuyết,
Sân quế hơi sương luống lạnh lùng.

Mỗ Ngưu Thừa Tướng,
Gia chức Thái Sư.
Phú quí ai bì,
Oai quyền nhất nước.
Riêng buồn nỗi phu nhân mất trước,
Chỉ sinh ra được một nữ nhi.
Tuổi đào yêu nay đã đến thì,
Khách bình tước còn chưa gặp kẻ.

Như con gái nhà tôi, nó cũng là có nết na thùy mị[1], nên tôi không muốn gả cho những chỗ cao lương tử đệ, chỉ làm sao kén được người văn học mà gả thời là hơn, nhưng chưa vừa ý được ai. Hôm nay nhân buổi thư nhàn, Viện Tử đâu, đòi Tiểu Thư lên đây ông bảo.

Viện Tử:
Dạ

(Vào)

---

1 Bản gốc in là "*thì* mị".

Tiểu Thư (ra):

    Thăm thẳm lầu gương cách bụi hồng,
    Son tô phấn điểm chửa hoài công.
    Lòng xuân còn bận đường thêu vướng,
    Trên ngọn đào tơ mặc gió đông.
    Bẩm thưa cha đòi có việc gì, con xin lên hầu hạ.

Thừa Tướng:

        Con ơi,
    Con nay đã đào yêu đến tuổi,
    Tính quả mai ba bảy không xa,
    Nay còn là con mẹ con cha,
    Âu cũng sẽ nghi gia nghi thất.
    Như con thật tai đào má hạnh,
    Giữ sao nên tiết trúc lòng thông,
    Chữ sách rằng "ngôn, hạnh, công, dung",
    Con nên phải ghi lòng để dạ.

Tiểu Thư:

        Dạ thưa cha,
    Con từ thủa huyên già khuất bóng,
    Tuổi ngây thơ chưa đã biết gì.
    Nghĩ như con là phận nnhữ nhi,
    Trước nhớ chữ "tại gia tòng phụ",
    Nhời cha đã đinh ninh dạy nhủ,
    Con đâu dám coi bỏ làm thường,
    Nết na xin giữ vẹn mọi đường,
    Kim chỉ lại xin càng cố gắng.

                                            (Cùng vào)

Viện Tử (ra):

    Thảnh thơi trong chốn phủ đình,
    Lò hương gió lọt bức mành mành hoa;
    Thăm nghiêm ít kẻ vào ra,
    Tiếng oanh thỏ thẻ, bóng hoa chập chùng.

Mỗ xưng Viện Tử,
Hầu hạ Thái Sư,
Ra vào đón đưa,
Sớm khuya ỏn thót.
Nghĩ như Thái Sư, thật là:
Trần gian có một,
Thiên hạ không hai,
Quyền thế khét giới,
Tiền của như nước.

Chỉ tiếc thiếu vì công tử;
Sinh ra có một tiểu thư,
Tính hạnh đoan trang,
Phong tư nhàn nhã,
Đã tài văn học,
Lại khéo nữ công,
Dưới nguyệt đêm thanh, câu thần ngâm gió;
Trên lầu ngày vắng, nét gấm thêu hoa.
Phong trần riêng một tiên nga,
Khuê các đáng vì thục nữ,
Cũng chẳng quản xuân sắc đã tàn hay chửa,
Lo hỏi chi hải đường huệ nở bao giờ,
Như thế mới thật là nghìn vàng một vị tiểu thư,
Mà khách giường đông hãy còn chờ đợi duyên.

(Vú Già cùng Tích Xuân chạy ra)

Viện Tử:
Chứ các người mọi khi không thấy đi chơi, nay sao mà hớn hở làm vậy?

Tích Xuân:
Này bác không biết, cô ấy làm tôi đến khổ, một bước không được rời đi đâu, không được nói chạm đến đàn ông, suốt ngày chỉ quanh trong xó buồng. Hôm nay cụ lớn đòi cô ấy lên nhà trên, tôi mới lẻn ra chơi được một chút, sướng quá!

Vú Già:
   Ngay tôi cũng thế, xem ý cô ấy cứ cấm đoán mình mãi; hôm nay tôi cũng mới lén ra đây được. Bây giờ chúng ta làm trò gì chơi một lúc cho vui.

Viện Tử:
   Cái cây đu ở trong vườn này, cụ lớn truyền phá đi mất rồi. Nay ba người chúng mình, hai người bắc ghế đứng lên, rồi buông tay xuống cho một người đánh đu. Cứ lần lượt hết người này đánh xong rồi lại đến người khác.

Vú Già:
   Như thế thời ngã chết.

Tích Xuân:
   Không việc gì, để tôi đánh trước cho.

                    (Vú già cùng Viện Tử đứng lên ghế,
                    buông tay cho Tích Xuân đánh đu)

Đánh đu này đánh đu!
Tay bíu này chân đu!
Ấy dô ta này bổng tuyệt mù!
Đu cho gọn, này đu cho bổng!
Đánh đu này đánh đu!
Dây đưa này gió động!
Hoa xuân nở, chim xuân đua giọng,
Chẳng đánh đu này cũng hoài đời!
Đánh đu này đánh đu!

                    (Tích Xuân buột tay ngã
                     Ngưu Tiểu Thư ra
                    Vú già cùng Viện Tử chạy vào)

Tiểu Thư:
   Con ăn mày kia! Mày làm trò trống gì thế?

Tích Xuân:

Dạ thưa cô, con nay đương buổi buồn rầu, con trộm phép cô chơi một lúc cho đỡ buồn.

Tiểu Thư:

Mày làm sao mà buồn? Con kia.

Tích Xuân:

  Dạ thưa cô,
  Tên con vốn gọi Tích Xuân,
  Ngẫm xuân riêng động mười phần tiếc thương.

Tiểu Thư:

Mày làm sao mà thương tiếc xuân? Con kia.

Tích Xuân:

  Dạ thưa cô,
  Sáng ra, hây hẩy gió đông, bông liễu bên mành đã lụi;
  Trưa đến, lùn phùn mưa bụi, hoa lê phất phới hồ tàn.
  Giọng hoàng ly mấy tiếng riu ran,
  Con đỗ vũ vài câu réo rắt.[1]
Vậy nên con buồn lắm, thưa cô.

Tiểu Thư:

Thôi mặc xuân về mà mặc xuân đi, việc gì đến mày mà buồn. Về nhà học thêu ngay đi.

Tích Xuân:

Giời này mà cô không cho chơi, mà bắt con về học thêu thời thà cô giết con đi thôi! Thôi lạy cô! Con cũng xin về nhà con thôi.

          (Quay lưng ra, sắp đi vào)

---

[1] Réo rắt: Bản gốc in là *éo oắc*. Xét không có từ ngữ này, chỉ có *eo óc* (không hợp ý văn), hoặc *giéo giắt* - nay viết là *réo rắt* (hợp với ý văn.)

Tiểu Thư:

Ái chà! Mày định đi đâu? Con kia.

Tích Xuân:

    Dạ thưa cô,
Con ở hầu cô từ thủa nhỏ,
Có ai sầu khổ như con không.
Cô ơi, con muốn lấy chồng,
Sao cô ngăn đón gió đông cho đành.
Đời người được mấy độ xuân xanh,
Cô ơi, hôm nọ rành rành,
Bông hoa cười nụ,
Tơ liễu buông mành,
Con mèo kia còn biết động tình,
Mà cô ngoảnh mặt làm thinh,
Hoa kia liễu nọ mặc tình Đông Quân.
Buồng hương một giấc mộng băn khoăn,
Thoắt đà sang đến cuối xuân,
Liễu rụng đông tây,
Hoa rơi xa gần,
Con cuốc kia còn động thương xuân,
Mà cô rủ sạch lòng trần,
Hoa rơi liễu rụng mặc xuân đi về.
Con thật không thể nào mà chịu đựng với cô được nữa.

Tiểu Thư:

Con đĩ dại kia! Mày động điên hay sao? Ăn nói thế à. Để tao bẩm cụ lớn, rồi tao mới hỏi tội cho mày.

Tích Xuân:

Con lạy cô vạn lạy, con trót dại, xin cô thương con.

Tiểu Thư:

Ừ thôi, tao hãy tha cho một bận này.

Tích Xuân

(Phá Tề Trận)

Cây biếc lá xanh như duộm.
Ngoài thềm hoa rụng như mưa,
Trong viện cành lê.
Bên mành tơ liễu.
Chúa xuân đã tếch bao giờ.
Kìa ai xe ngựa ngày dong ruổi.
Kín cổng cao tường luống ngẩn ngơ.
Trách xuân sao hững hờ.

Tiểu Thư:

Một mảnh phương tâm nhạt chữ tình,
Ngày xuân quên bẵng cái xuân xanh,
Xuân đi lọ quản, về không quản,
Ríu rít trên cành mặc cái oanh.

(Vào)

Tích Xuân:

Khen thay trong giá trắng ngần,
Ai hay rằng ở cõi trần có tiên.
Lắng tai nghe mấy nhời khuyên,
Gần đèn thời sáng vì đèn từ đây,
Nữ công học tập đêm ngày,
Xuân kia tình nọ từ nay xin chừa.

(Vào)

Hồi Thứ Ba

Trận bút trường văn quan Trạng mới,
Ngày xuân vườn hạnh yến vua ban.

Thái Sinh, Bảng Nhãn, Đỗ Bèo, Thám Hoa
Chủ Khảo, Tả Hữu, Phủ Doãn.

Thái Sinh (ra):
Như tôi, lòng hiếu dưỡng đình vi quyến luyến,
Nhưng mà mạnh[1] nghiêm đường đã quyết một bên.
Thôi thời gánh tang bồng thu xếp bút nghiên,
Mà giơ vọt ngựa Tràng An cất bước.

(Giá Cô Thiên)
Liễu rụng hoa rơi ngựa ruổi dong,
Trông vời mây bạc cách non sông.
Giang sơn phong cảnh này ai vẽ,
Sầu đổ riêng ai một tấc lòng.
Công cha mẹ,
Nghĩa vợ chồng,
Rẽ đường ân ái dễ như không!
Tiếng quyên khắc khoải lòng chinh khách,
Vạt áo đầm lau giọt lụy hồng.

(Vào)

Đỗ Bèo (ra):
Số ứng thí năm trăm tử sĩ,
Như mỗ đây biểu tự Đỗ Bèo.
Công sách đèn kể đã bao nhiêu,
Miếng khoa giáp phen này chắc hẳn.

Mình đã không muốn đỗ, mà ở nhà mẹ đĩ chỉ muốn lên bà, nó cứ bắt phải đi thi.

---

1   Mạnh: nay viết là *mệnh*, hoặc *mạng*.

                    (Cán Khê Sa)
Cây biếc mưa hồng cảnh mộ xuân,
Tả tơi roi ngựa cõi hồng trần.
Đầu sương mặt gió khách chinh nhân,
Lớp sóng vũ môn con cá vượt.
Vẻ làng âu cũng vẻ đai cân,
Chị dâu xin chớ rẻ Tô Tần.

                                                    (Vào)

Thái Sinh (ra):

                    (Nhất Tiễn Mai)
Nước non nghìn dặm một phương giời,
Cha cũng già rồi,
Mẹ cũng già rồi,
Kìa quả mơ non biết nhắn ai.
Mây bạc xa khơi,
Tóc bạc xa khơi.
Buồn trông phong cảnh chốn quê người.
Chồng đi một nơi,
Vợ ở một nơi,
Ngoảnh lại quê nhà hạt lụy rơi.
Chim gọi bên tai,
Còi giục bên tai.

                                                    (Vào)

Đồ Bèo (ra):

Mây tỏa khắp phương giời,
Tràng An sắp tới nơi.
Bấy lâu đi mỏi mệt,
Đánh chén nghỉ chân chơi.

                                                    (Vào)

(Chủ Khảo ra, có tả hữu theo hầu)

Chủ Khảo:
Bảng vàng treo sáng rực Tràng An.
Thiên hạ tranh xem chữ Trạng Nguyên.
Chữ tốt văn hay thời lấy đỗ,
Chẳng e thần thế, chẳng ưa tiền.

Ta nay vâng mạnh triều đình, xét việc khoa cử. Tả hữu đâu, bao những tử sĩ đi thi, truyền lô[1] cho ra hết cả đây.

Tả Hữu:
Dạ.

Thái Sinh, Đồ Bèo (ra quì)

Chủ Khảo:
Chư sinh nghe, triều đình mở ra khoa cử, quan chủ khảo được phép tùy ý ra đầu bài. Nay ta đây là một ông chủ khảo phong lưu vui tính, không theo lối cũ, cứ làm sẵn một bài, đọc cho chư sinh nghe mấy câu trên, bắt phải đọc nối câu cuối; hễ ai nối hay thời cho đỗ, nối không hay thời bôi nhọ vào mặt, đánh đít đuổi về.

Thái Sinh, Đồ Bèo:
Dạ.

Chủ Khảo:
Thái Sinh nghe đọc đây:

Phú quí đất Tràng An,
Ăn uống đà sang trượng!
Nem công cùng chả phượng,
Thơm sặc khắp chung quanh.

Thái Sinh:
Vật ấy rất ngon lành,
Để quan Tràng nhắm rượu.

---

1 Lô: loa – truyền lô là truyền loa, hay gọi loa.

Chủ Khảo (vỗ tay khen):

Chà chà! Nối hay! Cho hãy đứng ra một bên. Đồ Bèo nghe đọc đây:

Trong bụng gã có chi,
Bã cơm đầy lấp ruột;
Hé hơi ra một chút,
Ai nấy chạy cho nhanh.

Đồ Bèo:

Vật ấy rất ngon lành,
Để quan Tràng nhắm rượu.

Chủ Khảo:

Bậy a! Bậy quá a! Học mót cũng không xong! Đánh ba chục đuổi ra lập tức.

Đồ Bèo:

Bẩm tôi đà thi hỏng,
Xin ngài miễn đánh cho.
Thôi thế là mười năm đèn sách uổng công phu,
Phen này mới vác cái mặt mo về làng!

(Vào)

Chủ Khảo:

Ớ Thái Sinh
Xét gã tài cao học rộng,
Nay ta lấy đỗ Trạng Nguyên,
Lĩnh cân đai, vào tạ ơn trên,
Rồi sau sẽ du nhai [1] *ăn yến.*

Thái Sinh:

Dạ, dạ.

(Cùng vào)

---

1 Du nhai: đi dạo phố - nói về các vị thi đậu Tiến Sĩ ngày xưa, được vua cho cỡi ngựa đi dạo chơi ngoài phố.

(Phủ Doãn ra. Có tả hữu theo hầu)

Phủ Doãn:

    Sáng còn chân trắng học đi cày,
    Chiều đã ơn vua đỗ phắt ngay!
    Lọ phải làm quan riêng có giống,
    Tài giai nên cố học cho hay.

    Ta đây là Phủ Doãn, lĩnh chức chốn kinh thành. Tả hữu đâu, nay có quan Trạng Nguyên cùng các quan Bảng Nhãn Thám Hoa ăn yến xem hoa, phải đóng ngựa thắng yên đem đến trước cửa ngọ môn, đợi các quan vào tạ ơn ra thời đón đi du nhai; lại xếp đặt sẵn để chiều về ăn yến.

Tả Hữu:

    Dạ. Bẩm dự bị đủ cả rồi.

                                                  (Cùng vào)

Trạng Nguyên (ra):

                  (Hồng Tú Hài)

    Cưỡi trên mình ngựa, ngọc thông ngọc thông.
    Cẩm bào phấp phới, gió đông gió đông.
    Ơn thánh chúa,
    Chí tang bồng,
    Duyên cá nước,
    Hội mây rồng,
    Cho thỏa lòng cha mẹ trông mong trông mong.

                                                         (Vào)
                               (Phủ Doãn cùng Tả Hữu ra)

Phủ Doãn:

    Nghe tiếng ngựa Trạng Nguyên đã tới nơi, bây đứng giãn hai bên để đón.

Trạng Nguyên (ra):

    Tay tiên may sẵn áo lam sa,
    Cầm hốt, đeo đai, mũ giắt hoa.
    Cung quế tay vin cành thứ nhất,
    Trạng Nguyên danh tiếng khắp gần xa.

                  (Trạng Nguyên vào, Phủ Doãn cùng Tả Hữu theo vào)

Bảng Nhãn Trợn (ra):

    Phú quí thần tiên đất Lạc Dương,
    Lầu hồng hai dãy bóng nghê thường.

                                (Vào)

Thám Hoa Xòe (ra):

    Gió xuân hây hẩy đưa theo khách,
    Dong ngựa chơi quanh khắp phố phường.

                    (Thám Hoa liền ngã ngựa, kêu thật to)

Phủ Doãn (ra):
    Ông là ai, làm sao mà lăn ra đấy?

Thám Hoa:
    Tôi là Thám Hoa mới, mới ngã ngựa. Vậy thưa ngài là chức gì?

Phủ Doãn:
    Tôi là Phủ Doãn, phụng mạng ra đây để rồi bồi yến các ngài. Vậy dám hỏi ngài vì làm sao mà ngã ngựa?

Thám Hoa:

    Đường phố xúc xích,
    Người xem chật ních.
    Ngựa thấy người đông,
    Nó đếch nhúc nhích.

Cẳng tay tôi uỵch,
Khuỷu chân tôi thích,
Nó mới lồng lên,
Tôi liền ngã quách.

Phủ Doãn:
Tả Hữu đâu, thay con ngựa khác để quan Thám hoa cưỡi.

(Tả Hữu vâng lệnh, dắt con ngựa khác lại đưa cho quan Thám Hoa. Thám Hoa lại lên ngựa. Cả Trạng Nguyên, Bảng Nhãn cùng ra)

Chúng:

(Kim Tiêu Diệp)

Ngựa chạy như bay,
Cờ vàng phấp phới bóng như mây.
Sinh ca rầm rĩ náo đông tây.
Áo gấm về quê thật lúc này.

Phủ Doãn:
Đây đã tới hạnh viên, xin các ngài xuống ngựa, vào xem hoa, rồi ăn yến. Chiều như lệ cũ, xin mỗi ngài phải đề cho một bài thơ.

Trạng Nguyên (đề):
Năm trăm tên đỗ, đỗ đầu chơi,
Liễu đón hoa mừng khắp mọi nơi.
Áo gấm vua ban màu thật mới,
Bảng vàng chữ yết mực còn tươi.
Ba nghìn lễ nhạc làu trong dạ,
Chín vạn phong vân đến tận giời.
Khoa giáp hơn đời khi tuổi trẻ,
Hằng Nga chưa dễ được yêu ai.

(Đề xong, chúng đều vỗ tay khen hay)

Bảng Nhãn:
Các quan cho tôi xin độc thôi.

Thi cử chưa từng bén cửa vi,
Ngờ đâu được mặc áo hà y!
Ba kỳ toàn của người làm hộ,
Một chữ nào mình có hiểu chi.
Chỉ biết giữ be tham uống tửu,
Cũng đòi cầm bút học đề thi.
Văn chương giá bảo đem ra đọc,
Thầy học gà cho tớ nhớ gì.

(Chúng lại khen hay, cười ầm lên)

Thám Hoa:
 Bây giờ đến lượt tôi. Như những thơ của các ông dẫu hay thật, song cứ nói về việc đi thi cả, vẫn là sáo cũ. Tôi xin nhân sự ngã ngựa ngày hôm nay, làm một bài cổ phong nói về sự ngã ngựa, có được không?

Chúng:
 Được lắm!

Thám Hoa (đọc):
Bác chẳng thấy năm ngoái quan Nghè Bùi?
Ngã ngựa đứt băng một chái đùi.
Lại chẳng thấy năm trước quan Đốc Phùng?
Ngã ngựa vẹt hẳn một bên mông.
Ở đời có ba sự rất sợ:
Chở đò, đánh đu cùng cưỡi ngựa.

Năm nay tôi mới thử tập cưỡi,
Ngồi lên lưng ngựa cũng vững chãi.
Ngờ đâu con khỉ nó khinh mình,
Quát hai ba tiếng đếch chạy nhanh.
Tức mình phát luôn cho mấy phát,
Tay cầm dây cương giữ thật rịt.
Thoạt mới trông bơ ngã chỏng quèo,
Ngựa thời chạy mất đi đẳng nào.
Tập tễnh về qua cửa quan binh,
Thấy lính kỵ mã ra chào mình.
Mình chạy cho nhanh sợ thật sợ...

Chúng:
Làm sao mà sợ?

Thám Hoa:
Sợ chúng lôi vào bắt tập ngựa.

(Chúng lại khen hay, cười ầm lên; rồi ăn yến xong, cùng ra về)

Trạng Nguyên:
(Hồng Tú Hài)
Ngày xuân tiệc yến, gió đông gió đông,

Bảng Nhãn:
Giắt mình lên ngựa, long nhong long nhong.

Thám Hoa:
Ra khỏi cửa.
Cách cầu trông,
Mặt giời lặn,
Bóng đèn lồng.

Phủ Doãn:
Trống quân hầu đưa tiễn, long tong long tong.

(Cùng vào)

Hồi Thứ Tư

>Buồn vợ trông gương ngán nỗi chồng,
>Mong con tựa cửa đau lòng mẹ.

Thái Ông, Triệu Thị, Thái Mẫu.

Triệu Thị (ra):

>(Phá Tề Trận)
>Màn gấm phai màu loan biếc,
>Lư đồng nguội vẻ hương thừa.
>Quán Sở mây thưa,
>Lầu Tần giăng lạnh,
>Riêng sầu cho giống tương tư.
>Hồn theo mũi bể ngàn mây thẳm,
>Gương sáng trên thềm mái tuyết phơ.
>Vì sao không thấy thư?

>(Cầm lấy gương soi, rồi lại đặt xuống)
>Rành rành chiếc bóng gương soi,
>Trông gương lại nhớ đến người đâu xa.
>Nhớ khi sum họp một nhà,
>Nhớ khi xao xác tiếng gà giục mau.
>Trên giường bước xuống cùng nhau,
>Soi gương chải chuốt mái đầu cho quang.
>Rén chân theo bước cùng chàng,
>Bước lên thăm hỏi cao đường nghỉ ngơi.
>Từ ngày cách trở đôi nơi,
>Gương mờ trong hộp, thoa rơi cạnh giường.
>Mành thưa tơ dện thời vương,
>Song the mốc trắng, động phường rêu xanh.
>Thương thay lan huệ một cành,
>Đến khi đã héo, thời đành không thơm.

Vì đâu buồn bã lòng em?
Bởi lo cha mẹ nên thêm nhớ chàng.
Dâu con xin hết đạo thường,
Xa xôi ai hỡi xin đừng quên nhau.
Nghe chi những khúc Bạch Đầu,[1]
Tiếng ngâm ai oán cho sầu lòng ai.
Gảy chi Lục Ỷ [2] *mà chơi,*
Đàn kia dây đứt cho người xót thương.
Sự đời lắm nỗi dở dang,
Thẹn cùng đôi cái uyên ương trước nhà.

Như tôi, Triệu Ngũ Nương, từ khi gả về Thái Bá Giai, vừa được hai tháng thời chồng ra đi thi. Sau khi chồng tôi đi đến nay, không thấy có tin tức gì về, để ông bà ở nhà, giao cho một mình tôi trông coi hầu hạ. Lòng tôi, một là muốn nên danh tiếng cho chồng; hai là muốn ở hết đạo làm dâu, cho nên hết sức để phụng dưỡng, không dám lười chút nào. Chỉ không biết rằng chồng tôi đi thời đến khi nào mới về.

Mặt bể chân mây có lúc cùng,
Tình này dằng dặc bao giờ hết.

(Trường Tương Tư - hai khổ)

1

Chàng ra đi,
Thiếp đưa đi,
Dương Quan Nam Phố lúc phân kỳ.
Nỗi lòng đau biệt ly.
Khúc tương ty,
Lệ tương ty,
Buồng the bối rối mối tình si.
Xuân về, xuân lại đi.

---

1 Bạch Đầu là một khúc ngâm của Trác Văn Quân. Trác Văn Quân cùng Tư Mã Tương Như (Trường Khanh) lấy nhau, ở với nhau rất chung tình; về sau, Tương Như làm quan, muốn lấy một người vợ lẽ, Trác văn Quân làm khúc ngâm này, Tương Như cảm động, vì thế mà thôi.
2 Lục Ỷ là đàn của Tương Như đánh.

2

Đêm năm canh,
Nghĩ năm canh,
Duyên chàng phận thiếp khéo chênh vênh.
Giọt sương treo ngọn cành.
Đi một mình,
Ở một mình,
Trông nhau chừng cách mấy non xanh.
Xa xôi ai thấu tình.

(Thái Tang Tử - hai khổ)

1

Mây xanh rối tóc hồng phai má,
Vẽ mày là ai,
Xoa phấn là ai,
Ngắm bóng gương loan thẹn với người.
Lòng riêng những tính chàng về tới,
Nhạn cá xa vời,
Loan phượng chia phôi.
Đỗ mọc xanh xanh khắp bãi rồi.

2

Chàng sao vui thú kinh kỳ mãi,
Cỏ non chân giời,
Bóng ta dặm khơi,
Xa tít Tràng An mỏi mắt ai.
Nghĩ chàng nào phải người phiêu bạc,
Chàng sao xa xôi,
Thiếp sao lẻ loi,
Trăm đường nghìn nỗi nói cùng ai.

(Mộc Lan Hoa - hai khổ)

1

Gót sen nhẹ bước,
Tấm áo lưng cơm hầu dưới trướng.

Mẹ yếu cha già,
Nâng giấc ra vào dám chút xa.
Lòng riêng e lệ,
Bóng ngả non đoài đâu đã xế.
Tình cảnh gia hương,
Biết mướn ai đi nhắn nhủ chàng.

2

Chàng thi đến đỗ,
Sợ nữa hai thân mồ đã cũ.
Tiễn biệt hôm nào,
Những nhời thiếp dặn nghĩ làm sao.
Giàu sang thiên hạ,
Chàng hỡi, xin đừng vương vít dạ.
Ai bảo cho chàng,
Nghĩ nỗi gia hương chớ phụ phàng.

(Chiêu Quân Oán)

Thi cử thiếu gì văn khách,
Chán kẻ chồng xa vợ cách.
Nào phải một mình đâu,
Mua chi sầu.
Đã nhận nhời chồng phó thác,
Hết sức chu toàn sau trước,
Tiếng hiếu để nghìn thu,
Bõ công phu.

(Vọng Giang Nam)

Thôi đành vậy,
Lòng lại biết cho lòng.
Gánh vác nặng nề xin mặc thiếp,
Tiếng tăm trong sạch giữ cho chồng.
Hay, dở cũng cùng chung.
Chàng ơi hỡi,
Lòng có biết cho lòng?

Mũ mãng cân đai dù có phận,
Thoa gai quần vải nhớ nhau cùng.
Mối sầu bao gỡ xong.

(Vào)

Thái Mẫu (ra):

Từ thủa con đi, mẹ nhớ mong,
Mong con, tựa cửa, mẹ đau lòng.
Cha già mẹ yếu, con xa vắng,
Cha mẹ chờ con có kịp không?

Khốn nạn! Ông cụ nhà tôi cứ bắt nó đi thi, bây giờ lại giời làm kém đói, cơm không có mà ăn, áo không có mà mặc, cho dù nó có đỗ Trạng Nguyên ra nữa thời đã sung sướng gì chưa? Nếu có nó ở nhà thời như lúc này cũng chưa đến nỗi phải lo lắm nào.

Thái Ông (ra):

Kém đói làm chi mãi!
Con đi chẳng thấy về.
Tám mươi già chẳng trót,
Thèm nhạt xó nhà quê.

Thôi bà ơi, bà đừng đay tôi mãi. Tôi có phải là thánh đâu, mà biết trước giời làm kém đói thế này. Chẳng may gặp lúc kém đói thời nhà ai cũng phải chịu vậy, chứ có riêng gì nhà mình.

Thái Mẫu:

Khốn như ông mà còn chực nó thi đỗ, năm bò ba lợn, lấy miếng đỉnh chung để nuôi ông; nhưng chỉ sợ đến lúc nó làm nên thời ông đã không còn sống mà ăn thôi. Ngay như bây giờ bỏ liều cho một đứa con dâu còn ít tuổi như thế thời nó biết làm ra thế nào.

Thái Ông:

Nuôi con đi học, ai không mong cho nó đi thi để lấy đỗ; còn như no hay đói là tự giời. Chẳng thấy thiên hạ còn chán người con cháu đầy đàn mà vẫn phải nhịn đói kia ư?

Triệu Thị:
Thôi, khốn nạn! Con lạy thầy, lạy mẹ. Thầy ơi, mẹ con vì cảnh nhà vắng vẻ, mong con giai chẳng thấy, cho nên có câu hơi nói oán đến thầy. Mẹ ơi, thầy con thời cũng vì lòng yêu con giai, muốn cho làm nên, ngờ đâu rằng gặp đến cơ hội như thế này mà liệu trước.

Thôi con xin thầy mẹ từ nay về sau vuốt giận làm lành, kẻo chung quanh có láng giềng hàng xóm người ta trông vào. Nay con còn một ít những cái thoa cái lược, dẫu không được là bao nhiêu, nhưng xin được đem bán để đong gạo về hầu thầy mẹ xơi, con không dám để thầy mẹ phải đói nào, xin thầy mẹ đều nguôi giận đi là hơn.

Thái Mẫu:
Ừ thôi,
Như con nói thực là rất phải,
Từ nay đi, dù đói cũng cam.
Con ơi,
Vợ chồng kẻ bắc người nam,
Đầu xanh tuổi trẻ ai làm nhỡ con!

Thái Ông:
Giời ơi,
Một phen ruột nát sầu tuôn,
Thương vì dâu thảo, thêm buồn nỗi giai!

Triệu Thị:
Thầy mẹ ơi,
Dâu con như một mà thôi,
Xin khuây khỏa dạ, cho vui cảnh nhà.

(Cùng vào)

Hồi Thứ Năm

Tình riêng ép uổng quan Thừa Tướng,
Duyên mới bâng khuâng chú Trạng Nguyên.

Ngưu Thừa Tướng, Thái Sinh, Viện Tử
Ngưu Tiểu Thư, Mụ Mối, Vú Già
Hoàng Môn Quan, Tích Xuân, Lính Hầu

Thái Sư (ra):

Lão thần râu tóc trắng phơ phơ,
Ngọc nữ đào non tuổi đã tơ.
Gặp khách bảng vàng âu tốt lứa,
Buông dòng lá thắm mượn đề thơ.

Lão phu có một chút con gái, vẫn sẵn lòng để gả cho khách thi thư. Nay lại gặp Thái Trạng Nguyên mới đỗ mà làm quan ở kinh đây, có nhẽ cũng là duyên giời đưa lại. Âu là ta thử cho mối bắn tin sang, tưởng cũng không can chi mà phải nệ sự đó (*cười*). Viện Tử đâu!

Viện Tử (chạy ra):
Dạ.

Thái Sư:
Xem có con mụ nào làm mối được, gọi nó vào, bảo nó lên đây ta bảo.

Viện Tử:
Dạ.

(Vào; đem mụ mối cùng ra)

Mụ Mối:

(Ức Tân Nga)

Tiếng léo xéo,
Tay cân tay búa mồm khôn khéo.
Mồm khôn khéo,
Được vợ được chồng,
Thết bữa ngỗng béo.

Dạ, bẩm Thái Sư đòi có việc chi, mối tôi đã đến nơi hầu hạ.

Thái Sư:

À mụ mối, nay ta muốn cậy một việc này.

Lòng cha mẹ sinh ra con gái,
Ai thời cũng muốn cho có chồng.
Nay Trạng Nguyên mới đỗ là Thái Ung,
Muốn nhờ mối đưa thông tin tức.
Mối liệu có nói được cho nên việc hay không?

Mụ Mối:

Dạ, bẩm Thái Sư, con nay thật không dám nói khoe mình, song mà như con đây,

Tay làm mối kinh đô bực nhất,
Việc tốt này xin ắt hài hòa,
Tiểu Thư thời như ngọc như ngà,
Trạng Nguyên cũng như hoa như gấm.
Nguyệt Lão đã liệu cơm gắp mắm,
Khéo có công già dẫm[1] xe tơ.
Sổ nhân duyên đã định tự bao giờ,
Mười phần chắc xong thừa hơn chín rưỡi.

Thái Sư:

Ừ, thế thì mối đi cho, nếu công việc vẹn tròn, ta sẽ thưởng cho ba chục bạc mà tiêu. Nghe chưa?

---

1 Già dẫm: có lẽ là *dò dẫm*.

Mụ Mối:
Dạ.

(Vào, Thái Sư cũng vào)

Thái Sinh (ra):

(Mãn Đình Phương)

Giấc mộng quê hương,
Mối sầu lữ thứ,
Nước non xa vẳng tin nhà.
Giời hôm mây tỏa,
Lác đác hạt mưa sa.
Một khúc thương tâm ai vẽ,
Chạnh nguồn ân bể ái bao xa.
Mình một bóng,
Ngọn đèn hiu hắt,
Song hồ gió lọt qua.

(Điệu trước[1])

Vừng nguyệt treo cao,
Tiếng tiêu nghe vọng,
Đòi cơn nhớ mẹ thương cha,
Dứt tình xa cách,
Ta lại trách vì ta.
Giọt lậu năm canh thánh thót,
Suốt năm canh đầm giọt châu sa.
Giời sáng rõ,
Nhìn gương thảm thiết,
Đầu tóc đã sương pha.

Như tiểu sinh thật nguyên không có chi về sự công danh phú quí, chỉ là theo mạnh nghiêm đường mà tới kinh để thi, không ngờ đâu rằng lại đỗ đến Trạng Nguyên, lại Thánh Thượng cho làm chức Nghị Lang, thành ra liên khiên mãi chưa về được đến nhà; nghe ở nhà mất mùa kém đói, không biết hai thân ra làm sao.

---

1 Tức cũng Mãn Đình Phương.

Tiểu sinh nhiều lúc muốn dâng biểu từ quan để về mà lại không biết rằng ý Thánh Thượng có cho hay không, nghĩ càng buồn bã không biết là nhường nào. Khác nào như:

Đã nuốt kim và, lôi cả chỉ,
Trách sao ruột thắt lại lòng đau.

Lính hầu (ra):
   Bẩm quan lớn có người đàn bà xin vào hầu.

Thái Sinh:
   Có việc chi, cho người ta vào.

Mụ Mối (ra):
   Bẩm thưa quan Trạng Nguyên, tôi là một người làm mối, nay đến để báo quan Trạng một tin mừng.

Thái Sinh:
   Tin chi mà mừng? Hãy nói thử ta nghe.

Mụ Mối:
   Da dám thưa cùng quan Trạng,

Tôi nay phụng mệnh Thái Sư.
Duyên giời thuận nẻo gió đưa,
     mà nhờ quan Trạng
Cầm bút đề thơ lá thắm.

Thái Sinh:
   Thơ gì mà đề? Mụ nói rõ ta nghe.

Mụ Mối:
   Ấy là việc nhân duyên của Ngưu Tiểu Thư, nay quan Thái Sư muốn kết thân cùng quan Trạng, vậy dám thưa để quan Trạng ngài nghe.

Thái Sinh:
>À thôi,
>Việc ấy ta đây không dám,
>Nay xin nhờ mối về thưa.
>Ta gửi nhời cảm bụng tốt của Thái Sư,
>Còn như sánh đôi lứa với Tiểu Thư thời xin tạ.

Mụ Mối:
>Thưa quan Trạng, Ngưu Tiểu Thư thật là người trong cung giăng thềm quế, Thái Sư đã có lòng tốt, sao quan Trạng ngài từ chối làm chi.

Thái Sinh:
>Ta nói qua để mối nghe: như ta đây ở nhà đã có vợ, cha mẹ lại tuổi già, không bao lâu nữa thời ta cũng phải về. Còn như việc nhân duyên của Tiểu Thư thời ở chốn kinh đô này không thiếu gì nhà công hầu, người anh tuấn. Vậy nhờ mối về nói cho được êm ái để quan Thái Sư ngài miễn trách cho.

Mụ Mối (chào xin về, quay lưng ra)**:**
>Hoa mời ong lại châm hương,
>Ong còn đủng đỉnh ra dường cành cơi.
>Tay làm mối đã già đời,
>Thế gian thấy sự nực cười khó nghe.

>>>>>>>>(Vào)

Thái Sinh:
>Nay mà người mụ mối về nói, chắc là Thái Sư không bằng lòng, sợ rồi nhân đó mà có sự gì làm hại đến ta chăng.

>Trong tấc dạ lo buồn trăm nỗi,
>Một ngày còn lạ thói quyền môn.
>Âu là ta dâng biểu từ quan,
>Cho thỏa bụng qui điền hiếu dưỡng.

>(Gọi lính hầu lấy giấy bút, thảo một bài biểu, vừa đọc vừa viết rằng)

Nghị Lang, kẻ hạ thần là Thái Ung, cúi đầu dập trán, xin dâng biểu trần tình như sau này:

      Phục nghĩ
Giời che đất chở, ơn vua đội nặng hơn non;
Mẹ dưỡng cha sinh, bụng hiếu nghĩ sâu như bể.
Tấm lòng sợ hãi,
Bức biểu giãi bày.
Xin bóng dương quang,
Soi lòng quì hoặc.
      Trộm nghĩ thần,
Con nhà hèn mọn,
Quen thú quê mùa.
Cày ruộng làm vườn,
Thờ cha kính mẹ.
Cửa nhà thanh bạch, phận làm con hết sức cung canh,
Học vấn tầm thường, theo nghiệp bố hiểu đường luân lý.
Ngờ đâu châu quận, nhầm tiến cho thần,
Tới chốn kinh thành, bèn tên trên bảng.
Văn chương lỗ mỗ, mười năm nay quyển sách ngọn đèn,
Mưa móc chứa chan, một tiếng đã đầu rồng trán hổ.
Công mẹ công cha khuyên dạy, đường khoa danh riêng thẹn
    bước ưa may,
Nửa mừng nửa sợ bâng khuâng, ơn Thánh Chúa giật mình vì
    quá phận.
Lại được đội ơn Bệ Hạ,
Phong cho làm chức Nghị Lang.
Lưng buộc đai vàng,
Mình nương gác tía.
Tấc lòng hôm sớm, chút lo riêng xuân cỗi huyên già,
Nghìn dặm non quê, chốn cũ bỏ vườn hoang cỏ rậm.
Nghĩ như cha mẹ thần thời đầu râu tóc bạc, chân yếu tay
    mềm,
Mà trong cửa nhà thần thời chú bác chẳng còn, anh em
    không có.

Đằng đẵng đường xa dặm thẳm, bấy lâu nay cơm ngon canh ngọt là ai,
Quanh co ngày hết tháng qua, một mình hưởng áo chúa cơm vua mà thẹn.
Lại nghe nói thóc cao gạo kém, cửa nhà thần đương gặp buổi gieo neo,
Những e khi rày nắng mai mưa, cha mẹ thần dễ táng nơi ngòi vũng.
Nghĩ những danh thần đời trước,
Đội riêng ơn nước một mình.
Người Mãi Thần về nhậm Cối Kê, gần gụi gốc phần bóng tử.
Họ Tư Mã làm quan Thục Quận, vẻ vang đất tổ quê cha.
Nay thần xin cúi lạy cửu trùng,
Cho thần được về nuôi bố mẹ.
Lượng Thánh Chúa quá thương tài mọn, cho về giữ quận giữ châu,
Bụng ngu thần được thỏa nguyền riêng, nên cũng toàn trung toàn hiếu.
Tấm thân dẫu về nơi thảo dã, quyến luyến đình vi,
Bên tai còn nghe tiếng quân thiên, mơ màng lăng miếu.
Quân thân hai gánh,
Ưu ái một niềm.
Phụng biểu chương sợ hãi dâng lên,
Mong thánh chỉ xét soi thương xuống.

Một bức biểu nay đà viết rõ,
Trên chín lần mai sẽ dâng lên.
Đất kinh đô may được xa miền,
Cửa quyền thế họa chăng khỏi lụy.

Hoàng Môn Quan (ra):

Giăng nhạt sao mờ chửa rạng đông,
Cuốn rèm đã xếp án kim long.
Nghĩ đời sướng nhất ông sư cụ,
Trưa toét, còn đương ngáp chửa xong.

Hoàng Môn Quan là mỗ,
Chương tấu giữ việc thường.
Trông giời đông đà rạng vẻ thái dương,
Âu ta phải tới triều đường trực hậu.

Thái Sinh (ra):

Đình liệu chưa tàn, sao đã thưa,
Cờ vàng mấy lá bóng tờ mờ.
Nhớ khi gà gáy thăm cha mẹ,
Xa cách xui lòng luống ngẩn ngơ.

(Chào Hoàng Môn Quan)

Hoàng Môn Quan:

Tấu sự quan có việc chi, xin đưa tấu chương đây, rồi cứ đợi ở đây, để tôi vào dâng Thánh Thượng.

(Thái Sinh đưa tấu chương ra; Hoàng Môn Quan cầm lấy, vào)

Thái Sinh:

Khấn giời cao soi xét,
Thương cho tấc dạ này.
Cha con dù tán tụ,
Hệ trọng một ngày nay.

Hoàng Môn Quan (ra):

Ớ như tấu sự quan, nghe tờ chiếu đọc đây:

Đạo hiếu rất nhớn, cốt hết thờ vua;
Việc nước đương cần, lúc nào nuôi bố.
Nghị Lang Thái Ung kia,
Tài học thông thái,

Tính hạnh siêng năng,
Bổ chức Nghị Lang,
Dùng khi ngôn luận.
Vậy nên giữ chức,
Không được cố từ.
Trẫm nay ban xuống chiếu thư;
Ngươi phải kính tuân thành[1] mệnh.

(Đọc xong, vào)

Thái Sinh:

Giời ơi!
Kêu khóc giời cao không thấu.
Giết người là bức chiếu thư!
Biết tính sao cho vẹn bây giờ,
Thôi cúi tạ bệ rồng trăm lạy.

Bây giờ đã không từ được quan mà về, thời còn việc nhân duyên rắc rối này không biết ra làm sao.

(Ngu Mỹ Nhân)

Nước non khắc khoải tình ly biệt,
Mưa gió sầu như kết.
Công danh đâu bỗng vướng vào tròng.
Một mối tơ hồng
Khôn biết gỡ cho xong.

(Vào)

Thái Sư (ra):

Bấy lâu chờ đợi khách giường đông,
Lá thắm không hay có thuận dòng!
Nguyệt Lão ví chăng tài xếp đặt,
Cũng là ngọc trắng với băng trong.

Lão phu từ hôm nọ có sai người mối sang bên Thái Trạng Nguyên, mà sao tới nay không thấy báo tin về. Viện Tử đâu.

(Viện Tử dạ, chạy ra)

---

1 Thành: hoàn thành, làm cho tròn.

Bây xem người mối hôm nọ ta sai đi, nó ở đâu, bảo nó vào đây ta hỏi.

(Viện Tử dạ, lại vào. Đưa mụ mối cùng ra)

Mụ Mối:

Dạ bẩm Thái Sư...

Thái Sư:

Mối đi ra làm sao?

Mụ Mối:

Dạ bẩm Thái Sư...

Thái Sư:

Mối đi ra làm sao? Nói ta nghe.

Mụ Mối:

Dạ bẩm Thái Sư,
Con đã hết nhời khuyên bảo,
Gã kia một mực xin từ.
Nay con về bẩm lại Thái Sư,
Thôi con cũng xin chừa làm mối.

Thái Sư:

Việc như thế mà đi nói không xong! Viện Tử đâu, lôi con mụ mối này, đánh cho nó ba chục, đuổi cổ nó ra.

(Viện Tử dạ, lôi Mụ Mối cùng vào)

Nghĩ như lão phu đây, chỉ có một đứa con gái, thật cũng không thiếu gì chỗ gả chồng; nhưng mà sao phường thiếu niên dám chống cự làm vậy! Thôi thời chi cho bằng: tức nhật sai đòi Thái Trạng Nguyên, vào tướng phủ tiện nghi cư chuế[1].

Viện Tử đâu?

(Viện Tử dạ, chạy ra)

---

1 Cư chuế: đi ở rể.

Bây đi bảo Thái Trạng Nguyên đến chơi đây ta nhủ.

(Viện Tử dạ, vào; cùng ra theo Thái Sinh)

Thái Sinh:

(Phá Tề Trận)

Con tạo trêu ngươi chi lắm,
Dắt người vào cái oan gia.
Mắc mồi lợi danh,
Vướng tròng loan phượng,
Bao khi cho lại về nhà.
Ví chăng biết sớm từ khi trước,
Chẳng đến Tràng An, chẳng hái hoa.
Bây giờ ta buộc ta.

(Chào Thái Sư. Thái Sư mời ngồi. Thái Sinh ngồi.)

Thái Sư (cười)**:**

À như quan Trạng Nguyên, lão phu muốn nói với Trạng Nguyên một câu chuyện...

Thái Sinh:

Dạ.

Thái Sư:

Lão phu đây có một chút con gái, vẫn sẵn lòng để đợi người thi thư; nay mà lại gặp quan Trạng ngài là người anh tài, vậy lão phu muốn cho nó được hầu khăn lược ngài, không biết ý quan Trạng ngài nghĩ sao?

Thái Sinh:

Dạ.

Thái Sư (cười)**:**

Quan Trạng có thật bằng lòng chứ?

Thái Sinh:
   Dạ.

Thái Sư:
   Lão phu cũng liệu rằng quan Trạng có bụng yêu mà bằng lòng, vậy đã chọn hôm nay là tốt ngày và đã dự bị nghi lễ để thành thân, rồi quan Trạng ngài ở luôn trong này cho tiện.

Thái Sinh:
   Dạ.

Thái Sư:
   Viện Tử đâu, đem bày lễ xong, rồi vào mời Tiểu Thư ra làm lễ.

   (Viện Tử dạ, vào; rồi cùng các quân lính đem đồ lễ ra bày)

Tiểu Thư (đứng ở trong cửa)**:**
   Yêu nhau xa cách cũng nên gần,
   Chỉ kết tơ xe đẹp Tấn Tần.
   Duyên phận vì đâu nên ép uổng,
   Hoa đào luống thẹn với Đông Quân.

   (Tiểu Thư ra, Vú Già và Tích Xuân cùng theo ra. Thái Sư truyền hai người làm lễ. Trạng Nguyên cùng Tiểu Thư cùng vái nhau.)

Thái Sư:
   Một mối đà xe chỉ thắm,
   Trăm năm cho vẹn sắt cằm.
   Thân cha già bao ná tình thâm,
   Duyên con trẻ mừng nay đẹp lứa.

   (Truyền lấy rượu ra cho Trạng Nguyên cùng Tiểu Thư, rồi vào. Viện Tử vào. Vú Già cùng Tích Xuân cũng vào)

   (Ngưu Tiểu Thư cùng Trạng Nguyên uống rượu)

Ngưu Thị:

Hổ phận ngây thơ gái má hồng,
Hoa đào e ấp ngọn đông phong.
Đuốc hoa soi tỏ lòng ân ái,
Đằm thắm[1] trăm năm nghĩa vợ chồng.

Thái Sinh:

Gặp hội thanh vân bước thảnh thơi,
Ơn vua đầm thấm lại duyên giời.
Công danh dắt mối tơ hồng mới,
Duyên mới riêng ai những ngậm ngùi.

(Cùng vào)

---

1   Trong bản gốc, hai chữ này, cũng như hai chữ trong đoạn sau, đều in là *đầm thấm*. Xét về nghĩa, thấy ở đoạn này, viết là *đằm thắm* thì hợp ý hơn.

Hồi Thứ Sáu

Hổ phận hồng nhan khi kém đói,
Đau lòng hiếu phụ lúc ma chay.

Thái Ông, Thái Mẫu, Triệu Thị, Trương Công
Lương Quan, Lại Mục, Lý Trưởng, Lính Tráng
Các người lĩnh chẩn, các gia nhân Trương Công

Triệu Thị (ra):

Giời làm thóc gạo đắt như vàng,
Vợ cách chồng xa mấy dặm trường.
Cha mẹ tuổi già, cơn túng đói,
Áo khăn cầm cố hết tư trang.

Như tôi, Triệu Ngũ Nương, từ bé chỉ ở trong khuê môn, nào có đi đến đâu mấy khi; nhưng bây giờ gặp cảnh nhà nghèo năm đói, chồng thời xa vắng, hai bố mẹ chồng thời thiếu ăn, tôi có những tư trang gì đã cầm bán hết cả rồi; nay nghe có quan ra phát chẩn, thôi thời dẫu có xấu hổ chăng nữa tôi cũng phải cố quên nhịn đi, để mà đi xin lấy gạo về, để nuôi lấy bố mẹ cho chồng, kẻo nữa mà bây giờ chồng tôi còn đi vắng xa.

(Ức Tần Nga)

Sầu sao xiết,
Hồng nhan bạc mạnh giời ghen ghét.
Giời ghen ghét,
Nông nỗi nhường nay,
Chàng ơi, có biết?
Cỏ tàn khắp cánh đồng xa,
Bên làng hoang hủy mấy nhà lơ thơ.
Đầy đường mẹ bế con thơ,
Người tìm sang bắc, kẻ đưa về đoài.
Nghĩ mình nào có hơn ai,
Đem thân khuê các đến người kêu ca.

Phận đành ngậm tủi cho qua,
Luống thương cha mẹ ngồi nhà đợi mong.

(Vào)

Lý Trưởng (ra):
Miếng triện dắt bên lưng
Lý Trưởng chẳng¹ là mỗ.
Buộc khăn tai chó
Vận quần cháo lòng.
Thầy cò thầy cung,
Sóc đĩa sóc bát.
Ở làng nói hổng nói hát,
Vào quan khất quanh khất co.
Hôm qua sóc đĩa thua to,
Trót vay món thóc trong kho bán liều.
Quan ra, chửa biết tính sao,
Tù và tay thước đánh liều, đón quan.

Đinh Phu đâu.

(Đinh Phu dạ, cùng ra)
(Lương Quan ra, có Lại Mục cùng Lính Tráng theo ra)

Lương Quan:

(Tự Tự Song)
Lĩnh chức Lương Quan khám các kho,
    Hách dịch!
Tiền lương tra soát số công nhu,
    Sổ sách.
Tên mô hà lạm nửa đồng xu,
    Bẩm² cách.
Kỳ dịch trong làng phải biểu nhau,
    Đến sạch.

---

1 Chẳng: lấy của người khác tiêu xài một cách tùy tiện.
2 Chép theo bản in gốc - *bẩm*: mau, khỏe; *bẩm*: trình, thưa, báo cáo lên cấp trên - không rõ ở đây dùng đúng nghĩa gì.

Lý Trưởng:
   Lạy quan lớn.

Lương Quan:
   Nay ta phụng mạng ra đây để phát chẩn cho dân, ngươi mở nghĩa thương cho ta coi, xem thóc gạo có bao nhiêu, để ta liệu phát cho đủ.

   (Lý Trưởng mở kho. Lương Quan xem thấy không có một hột nào) Lính bây! Nọc cổ tên Lý Trưởng ra, tao.

Lính:
   Dạ...

Lý Trưởng:
   Bẩm lạy quan lớn, gặp đổ bốc chẳng đầy thưng, đổ ra đổ vào thời nó phải hao hụt đến hết; chúng con thật không dám dính tay một hột nào cả.

Lại Mục:
   Bẩm quan lớn, tên Lý Trưởng nó nói man làm vậy, chớ hao hụt thế nào mà lại đến hết được!

Lương Quan:
   Vật cổ nó xuống, đánh! Bây.

Lý Trưởng:
   Bẩm lạy quan lớn tha cho, để con xin khai tờ chiêu nhận.

   (Đơn Khai)
Tôi Lý Trưởng Hà Văn Lạm,
Trình vì lá đơn tường khai.
Duyên nay nghĩa thương hao hụt,
Trung gian nhiều sự lôi thôi.
Lúa chín nhà nào nhà ấy,
Gặt về cót đầy cót vơi,

Đấm mồm kỳ mục kỳ nát,
Mỗi người be rượu đĩa xôi.
Không ai đứng ra thu nhận,
Không ai đổ nộp tận nơi.
Quan phái cho ra kiểm soát,
Tiễn đốn ít nhiều tiền sai.
Nha lệ được tiền là cút,
Chẳng biết nghĩa thương đầy vơi.
Quan có thân hành đến khám,
Lại chạy giật lạm các nơi.
Chỗ thời năm thúng bảy thúng,
Đổ vào đầy kho hẳn hoi.
Rõ ràng kho vẫn có thóc,
Biết đâu con chuột con dơi.
Hướng lai vẫn cứ thế mãi,
Quanh quéo như cái trò chơi.
Nếu không gặp hồi phát chẩn,
Biết được nhéo ấy có giời!

Lương Quan:
    Lại Mục, giải tên Lý Trưởng, cứ bắt nó phải kiếm thóc bồi thường ra đây.

Lại Mục:
    Dạ.

        (Đem lính dẫn Lý Trưởng cùng vào; lại cùng đem lương ra ngay)
Bẩm quan lớn, tên Lý Trưởng đã bồi thường được thóc đây rồi.

Lương Quan:
    Ừ, thế những người đến lĩnh chẩn, hỏi xem nhà nào bao nhiêu miệng ăn, phát cho người ta mỗi miệng ăn là một đấu.

        (Triệu Thị cùng các người lính chẩn cùng ra xin lĩnh. Lại Mục đứng
            coi cho lính phát. Phát chẩn xong, cùng vào)

Thái Ông (ra):

Hôm nay con dâu nó đã đi xin được thóc phát chẩn về, đã có gạo nấu cơm, không biết đã nấu chín được chưa? Để đem ra mà ăn.

(Triệu Thị bưng cơm ra. Thái Mẫu cũng cùng ra)

Thái Mẫu:

Miếng khi đói, bằng gói khi no,
Miếng ăn mới biết rằng to hơn cái tàn!

Triệu Thị:

Mời thầy mẹ xơi cơm.

Thái Ông:

Mày ngồi cả đây mà ăn.

Triệu Thị:

Bẩm để con xin ăn sau.

Thái Mẫu:

Cả nhà có ba người, đã nhịn mấy bữa rồi; bây giờ có cơm, lại còn xin ăn sau.

Triệu Thị:

Bẩm mời thầy mẹ cứ xơi, để con xin ăn sau; con đã xới bớt cơm ở trên, để lại rồi.

(Vào)

Thái Ông:

Thôi mặc cho nó ăn sau, bữa nào nó cũng cứ thế, dở quá mà không bảo được.

(Thái Ông, Thái Mẫu ăn cơm; ăn xong, gọi Triệu Thị ra cất mâm, cùng vào)

Triệu Thị (bưng nồi cám và muôi, bát, ra):
   Hôm nay tôi đi lĩnh chẩn về, được có ba đấu thóc, đâm xay ra, nào có được là mấy hột gạo; dẫu để hai ông bà tôi ăn cũng không được mấy bữa, tôi lại lo hết đấy thời chưa biết lấy vào đâu. Còn như tôi, có một ít cám mới giã ra, lại đem quấy ăn cho đỡ đói lòng, cốt là cái thân mình còn sống để nuôi lấy bố mẹ cho chồng, kẻo nữa mà bây giờ chồng tôi còn đi vắng xa.

(Múc cám ra bát)

   Thương thay hạt gạo xay ra,
   Một phen sàng sẩy chia là đôi nơi.
   Khác nào duyên phận lẻ loi,
   Vợ trong khuê khổn, chồng ngoài quan san.
   Cửa nhà gặp lúc nghèo hèn,
   Nghĩ tình tấm cám ai đền công nhau.

(Bưng lấy bát cám ăn, rồi nôn, ọe. Nghỉ một lúc, lại ăn)

   Nuốt đi nhưng cổ còn đau,
   Nuốt vào trong ruột thêm sầu đòi cơn.
   Nghĩ cho thân cám dù hèn,
   Cũng còn đỡ được đôi phen no lòng.
   Thương mình số phận long đong,
   Chỉ nên liều thác cho xong một đời.
   Hai thân bóng xế non đoài,
   Một mình biết bỏ cho ai mà liều.
   Cám hèn còn có người yêu,
   Thân này có thác nhiều điều dở dang.

(Thái Ông, Thái Mẫu ra rình)

Thái Ông:
   Mày ăn gì thế, hở con?

Triệu Thị (giấu nồi cám đi):
   Con ăn cơm đây mà.

Thái Mẫu:
  Mày ăn cơm, việc gì mà thở than gì thế?

                              (Đến lôi nồi cám, mở xem)
  Cái này chỉ để cho lợn ăn mà thôi, người ăn làm sao được!

Triệu Thị:
  Khốn nạn! Thầy mẹ lại không biết cho con lâu nay vẫn chỉ ăn thế này, hay sao!

Thái Ông, Thái Mẫu:
  Ối chao ôi! Con ơi!

                      (Hai người cùng khóc lăn ra, rồi ngất cả đi)

Triệu Thị:
  Thầy ơi! Mẹ ơi! Thầy ơi, thầy ơi! Mẹ ơi, mẹ ơi!

                              (Thái Ông tỉnh dậy, mở mắt ra trông)
  Thầy ơi, thầy tỉnh chưa?

Thái Ông (khóc):
  Tỉnh rồi! Con ơi! Nhịn cơm ăn cám để nuôi bố chồng mẹ chồng, khốn nạn lắm! Con ơi!

Triệu Thị:
  Thôi thầy cứ xuôi lòng đi.

Thái Ông:
  Bây giờ thầy mới biết rằng có con dâu ăn tấm ăn cám thế này! Con ơi! Thầy cũng mong chết đi cho xong, cho khỏi lụy đến con, con ơi!

Triệu Thị:
  Thầy hãy lên giường mà nằm, để con gọi mẹ con xem.
  Mẹ ơi, mẹ ơi, mẹ tỉnh chưa? Mẹ ơi!
  Thôi hỏng mất rồi!

Giời ơi, đem mẹ tôi đi đâu!
Trăm cay nghìn đắng một bầu oan gia.
Trượng phu ơi,
Đi đâu vắng cửa vắng nhà,
Cùng ai lo tính gần xa nỗi này!

Thái Ông (khóc):
Con ơi, bây giờ vải vóc không có, quan quách thời không, làm thế nào? Hử con!

Triệu Thị:
Xin thầy cứ nằm yên, để con lo liệu, thế nào cũng phải đến xong.

(Đứng dậy chạy để vào, gặp Trương Công ra)

Trương Công:
Này cô, đi đâu mà hất hơ hất hởi làm vậy?

Triệu Thị:
Thưa cụ, mẹ tôi mất rồi!

Trương Công:
Ối chao! Tội nghiệp! Thôi các cụ già thời chết; nhưng cô định đi đâu? Ông cụ có nhà không?

Triệu Thị:
Thầy tôi nằm ở nhà, xin mời cụ vào chơi.

(Trương Công bước vào hỏi thăm)

Thái Ông:
Xin cụ miễn chấp cho, tôi không tài nào ngồi lên được.

Trương Công:
Cụ cứ nằm, thôi bây giờ cụ cũng đừng nghĩ gì cả.

Triệu Thị:
　　Thưa cụ, bây giờ mẹ tôi nằm xuống, trong nhà không có một tý gì cả, thời làm thế nào?!

Trương Công:
　　Cô đừng sợ, để tôi xin giúp đỡ cho. Cô cứ trông nom lấy ông cụ cho cẩn thận.

Thái Ông:
　　Cụ ơi, cháu nó nể lòng cụ quá, thật quả cháu nó có cái gì, nó cầm bán hết cả rồi.

Trương Công:
　　Thôi, cụ cứ yên lòng, để tôi xin sai các cháu đi chạy mua cỗ quan; rồi tôi trông nom cho các cháu với những người nhà tôi chúng nó giúp vào, để đưa bà cụ ra đồng.

Triệu Thị:
　　Thôi thế, trăm sự con xin nhờ vào cụ cả.
　　　　(Trương Công vào, đem mấy người con cháu cùng gia nhân ra, khiêng Thái Mẫu vào. Triệu Thị khóc, theo vào. Thái Ông cũng gượng vậy để vào, nhưng lại ngã nằm xuống - Triệu Thị lại ra)

Thái Ông:
　　Thế nào? Đã chôn xong mẹ con chưa?

Triệu Thị:
　　Bẩm đã chôn xong, đắp tạm thành mộ rồi. Thầy thấy trong mình có được khỏe mạnh hay không?

Thái Ông:
　　Thầy mệt lắm, hơi sức hết mất cả rồi, không sống được nữa, con ạ.

Triệu Thị:
Để con đi kiếm thuốc về, sắc để thầy uống.

Thái Ông:
Bây giờ còn kiếm đâu ra thuốc, mà thầy cũng không sống nữa làm gì.

Triệu Thị:
Bây giờ không kiếm đâu được thuốc ngay, để con hãy nấu cháo thầy xơi vậy.

Thái Ông:
Thôi, con ơi, nhịn cơm ăn cám để dành gạo nấu cháo cho thầy ăn, thời thầy còn ăn làm sao được nữa. Con ơi!

Triệu Thị:
Sao thầy lại nói như thế, thầy ơi!

Trương Công (ra):
Cô ơi? Ông cụ hôm nay thế nào, có bớt không?

Triệu Thị:
Thưa cụ, thầy con nguy lắm.

Trương Công (đến gần, thăm Thái Ông):
Cụ nghe trong mình hôm nay thế nào?

Thái Ông:
Tôi hỏng mất, cụ ạ. Cụ sang chơi, may quá, để cụ làm chứng cho tôi một câu này...

Trương Công:
Câu gì? Thôi cụ đừng phiền quá làm gì. Sáng hôm nay mới có người ở làng trên, người ta đi buôn bán ở kinh đô mới về, người ta nói đâu rằng con giai cụ đã đỗ Trạng Nguyên mà làm quan ở kinh đô rồi đấy, cụ ạ.

Thái Ông:
Ối chao ôi! Thôi xin cụ đừng nói đến nó nữa làm gì.

(Thở dài một tiếng, rồi uất đi, chết)

Triệu Thị (khóc)**:**
Ối thầy ơi! Thầy lại cũng chết rồi, đấy ư?

Thương ơi! nhà phá người tan.
Xót tình khôn xiết chứa chan vì tình.
Trượng phu ơi,
Đỉnh chung sao nỡ cho đành!
Công cha nghĩa mẹ sinh thành ra ai!

Trương Công:
Thôi thế này thật là *họa vô đan chí*. Bây giờ mà cô cứ ngồi đấy để khóc cũng không được, thôi hãy tạm lấy cái chiếu đắp cho ông cụ, để tôi chạy về nhà, rồi tôi lại lo hộ cho vậy.

Triệu Thị:
Như thế thời rồi biết lấy gì mà giả ơn cụ về sau.

Trương Công:
Thôi chẳng nói cái chuyện về sau vội, hãy cốt tính lấy xong lúc này đã.

(Vào)

Triệu Thị (vào lấy cái chiếu rách ra đắp cho Thái Ông, rồi ngồi ở cạnh, than thở một mình)**:**
Nghĩ không may mà gặp lúc đen giấp[1] như thế này, vừa việc trước đã nhờ người ta cả, mình không có một tý gì; bây giờ lại cũng chỉ trông vào người ta, thời nghĩ mình còn có ra làm sao. Nhưng mà không còn biết sờ mó vào đâu cho ra một tý gì được nữa. Giời ơi! Thôi còn một nắm tóc ở trên đầu này (tay sờ lên đầu), cắt mà bán đi, may có được đồng nào, để thêm vào công việc trong lúc này, cũng gọi là của nhà mình có chút đỉnh vậy thôi.

---

1 Giấp: đậy ém, bỏ qua, che kín.

(Rũ tóc xuống, một tay trái cầm lấy nạm tóc)

Thương thay còn một nắm hương vân,
Huyên héo xuân tàn dám tiếc thân.
Cắt bán để lo đồ tống táng,
Lòng ai đau đớn hỡi lương nhân!

(Một tay nữa sờ đến con dao)

(Hương La Đái - ba khổ)

1

Nhờ tóc để lo ma,
Tủi phận đàn bà,
Muôn dặm chồng ai cách nẻo xa.
Nghĩ lại những từ khi phượng rẽ loan chia mờ bóng nhạn,
Trên đầu rút bán hết trâm thoa.
Tóc ơi hỡi tóc!
Vì ai một kiếp xuân qua,
Nay thời lại đem mày cắt xuống để lo ma.

(Cầm con dao lên)

2

Cắt tóc để lo ma,
Tủi phận đàn bà,
Muốn cắt chưa đành, giọt lệ sa.
Nghĩ sao chẳng từ xưa cắt sớm đem thân nhờ cửa Phật,
Làm sư làm tiểu một đời qua.
Tóc ơi hỡi tóc!
Như ai trâm ngọc lược ngà,
Ta thời phải cắt mày đem bán để lo ma.

3

Bán tóc để lo ma,
Tủi phận đàn bà,
Một nhát dao vàng (cắt) ruột xót xa!
Nghĩ đến tấm thân này có thác cũng thôi không đáng tiếc.
Tóc kia nên tiếc nữa ru mà?
Tóc ơi hỡi tóc!
Ai mua đắt rẻ cũng là,
Thôi thời phải bán mày thêm thắt để lo ma.

(Trương Công suất con cháu cùng gia nhân đem cỗ quan tài ra)

Trương Công:
Chết nỗi! Cô làm sao mà đầu tóc làm vậy?

Triệu Thị:
Bây giờ thầy con chết mà con không có một tý gì; vừa bận trước mẹ con chết, con cũng không có một tý gì, nhất thiết phải trông cả vào cụ, con không yên lòng lắm, cụ ơi.

Trương Công:
Thế cô cắt tóc để làm gì?

Triệu Thị:
Con cắt nó, xem có bán được đồng nào, để đưa thêm nhờ cụ giúp cho.

Trương Công:
　Khốn nạn! Cô này lẩn thẩn lắm! Nắm tóc ấy thời bán được bao nhiêu. Tôi đã nhận rằng để tôi giúp, sao cô còn làm như thế cho nó thêm phiền.

Triệu Thị:
　Khốn như con nể lòng cụ quá.

Trương Công:
　Thôi, cô không nói, tôi cũng biết bụng cô là người khá. Bây giờ đã có các cháu cùng người nhà tôi đem cỗ quan sang đây, để xin rước cụ ra đồng; cô theo ra mà trông nom thêm về việc chôn đắp cho được chu tất.

Triệu Thị:
　Vâng, thôi bây giờ con cũng lại xin trông nhờ vào cụ cả.

　　　(Trương Công đứng trông cho các người nhà khiêng Thái Ông vào -
　　　Triệu Thị khóc, theo vào - Trương Công cũng cùng vào)

Hồi Thứ Bảy

          Hồ mát sen thơm khách thưởng đàn,
          Đêm thu giăng sáng người chung bóng.

      Thái Sinh, Ngưu Thị, Tích Xuân
           Viện Tử, Vú Già

Viện Tử A (ra):
  Ố cha! Cha! Mới một buổi sáng hôm nay không ra đến bờ ao, mà không biết rác rưởi ở đâu mà nhiều đến làm vậy.

Lá đâu mà rụng?
Lại quả đâu mà rụng?
Thôi lại là cái con chim sáo sậu nó tha, nó cắp, nó đụng vào
     cành, nó đánh rơi.
Ới như con sáo sậu kia ơi,
Sao mi làm rác cái bờ ao tôi thế này?
Thôi thời kiếm chổi mà quét ngay,
Kẻo quan Trạng ngài ra tới thời cái đít này thôi lại bịt mo!

                                      (Lấy chổi quét)

Tay cầm cái chổi.
Cái chổi,
Là cái chổi;
Cái chổi mà quét bờ ao,
Quét đi (quét đi) quét lại (quét lại), rác sao vẫn còn!
Con chim khôn,
Nóc nhà quan nó đậu;
Gái tìm chồng,
Ai lấy cậu thời ngoan.
Anh hùng này mấy mặt giang san,
Tay cầm cái chổi, cái chổi này quét tràn (quét tràn) lá khô.
Hai ba cô,
Có chồng hay chửa có?
Ai biết nhau,
Ta gắn bó nhau cùng.

Gian san này đứng giữa anh hùng,
Tay cầm cái chổi, cái chổi này quét vung (quét vung) từ bờ.
Cái chổi,
Cái chổi,
Là cái chổi;
Cái chổi mà quét bờ ao,
Quét đi quét lại rác sao vẫn còn!
Á, hả! Hả!

Viện Tử B (ra):

Á, hả! Hả!
Ở nhà giàu,
Hầu ông lớn,
Năm ba điếu nha phiến,
Một vài chục tiền sai.
Ra vào bất cứ là ai,
Anh nào bướng bỉnh, bạt tai ta đánh liền.

Viện Tử A:

Mày làm gì mà vui thế?

Viện Tử B:

Sướng quá! Tao vừa mới đi qua chỗ con Tích Xuân, nó ném cho tao một bài thơ.

Viện Tử A:

Thơ thế nào?

Viện Tử B:

Thơ đây này:

(Móc túi ra cầm đọc)

Anh Hai ơi hỡi, hỡi anh Hai!
Nghe nói hôm xưa được chuyến sai.
Anh có yêu nhau thời phải nhớ:
Khăn là đôi chiếc, cặp hoa tai.

Viện Tử A:

Thôi thế là nó vòi mày rồi. Hôm nọ tao cũng đi qua chỗ nó, nó ví ngay một câu mới hay chứ.

Viện Tử B:

Thế nào?

Viện Tử A:

Nó ví rằng:

Yêu nhau chẳng bạc chẳng vàng,
Cho nhau chiếc nhẫn, trăm đường ta yêu nhau.

Thái Sinh (ra):

(Giá Cô Thiên)
Một mẫu sen hồ gió thoảng hương,
Sân hòe bóng đã xế ngang tường.
Lan can tựa khắp mười hai khúc,
Đất khách xui lòng luống ngổn ngang.
Cơn buồn bã,
Giấc mơ màng
Hồn quê phảng phất tới quê hương.
Gió đâu một trận đưa san sát,
Khóm trúc khua ta giấc mộng trường.
Viện Tử đâu!

Chúng:

Dạ.

Thái Sinh:

Bây vào cầm cái đàn, cầm cả quạt ra, rồi hai đứa cùng ra đứng quạt đây.

(Chúng như mạnh[1], vào cầm đàn, quạt ra.
Rồi hai tên cùng đứng quạt hầu)
(Thái Sinh vặn đàn)

---

1   Như mạnh (如命): *tuân* theo *mệnh* lệnh.

Cầm ngọc lâu nay biếng khúc đàn,
Thâu ngày hết tối dạ lan man.
Bốn phương man mác ngàn mây trắng,
Non nước đâu là chốn cố san.

(Gảy đàn)
(Ngưu Thị đứng trong cửa nghe)

(Trường Tương Tư)
Khói Lam Điền,
Ngọc Lam Điền,
Khắc khoải sườn non tiếng đỗ quyên.
Hay dở cũng vì duyên.
Hay vì duyên,
Dở vì duyên.
Duyên mới tình xưa nghĩ chửa yên.
Dây đứt nối sao liền.

Ngưu Thị (ra):
Hồ sen vừa dứt hạt sương mai,
Đình tạ thong dong gió thoảng ngoài.
Êm ả chiều giời con én liệng,
Tương tư một khúc tiếng đàn ai.

Thái Sinh:
Bà lớn ra đây kia, cho chúng bây hãy thôi quạt, đi xuống.

(Các Viện Tử vào)

Ngưu Thị:
Thiếp vẫn nghe Tướng Công sành về âm luật, bấy lâu nay chưa được lĩnh giáo phen nào, hôm nay tình cờ mà gặp lúc Tướng Công thưởng đàn ở đây, vậy xin Tướng Công đàn vài khúc nữa cho thiếp nghe.

Thái Sinh:
Hôm nay tôi buồn lắm, dẫu có đánh nữa cũng không hay.

Ngưu Thị:
Tướng Công tại làm sao mà buồn? Hay là tương tư ai?

Thái Sinh:
Tôi còn có tương tư ai nữa.

Ngưu Thị:
Vậy sao mà Tướng Công mới rồi gảy khúc tương tư ấy làm chi?

Thái Sinh:
Tôi gảy liều, mà ngẫu nhiên nó gặp cái khúc ấy thôi.

Ngưu Thị:
Thế bây giờ Tướng Công có gảy được cho thiếp nghe nữa không?

Thái Sinh:
Thôi xin phu nhân để cho đến khi khác. Bây giờ gảy cũng không hay.

Ngưu Thị:
Hay là Tướng Công khinh tôi không phải là tri âm chăng?

Thái Sinh:
Không, tôi có dám đâu thế.

Ngưu Thị:
Thôi, Tướng Công hôm nay đã không vui, để tôi bảo nó dọn rượu ra uống cho giải phiền. Tích Xuân đâu!

Tích Xuân (ra):
Bóng lộn lâu đài đáy nước trong,
Ngày dài, truyện nói mãi chưa xong!
Ấy ai dìu dập loan hòa phượng,
Sầu để riêng ai vẫn đứng không!

Dạ, bẩm bà lớn đòi.

Ngưu Thị:
Mày vào dọn mâm rượu ra đây, cả mày với vú già cùng ra đây hầu. Bảo những thằng nào quạt ở đây ban nãy, chúng nó lấy rượu ra mà đứng hầu ông nữa.

(Tích Xuân dạ, vào)

(Hai Viện Tử khiêng mâm rượu ra. Tích Xuân cầm hồ rượu và cốc ra. Vú Già cũng cầm mấy cái đèn lồng theo ra)

Thái Sinh:
Tôi hôm nay không chắc có uống được.

Ngưu Thị:
Sao Tướng Công buồn quá làm vậy? Uống một vài chén cho đỡ buồn.

Thái Sinh:
Vâng, thế thời xin uống một vài chén thôi.

(Chúng rót rượu đưa lên. Ngưu Thị cùng Thái Sinh cùng uống)

Ngưu Thị:

(Nhất Tiễn Mai)

Một bức rèm thưa cách bụi hồng,
Trúc kia thong dong,
Hòe nọ thong dong,
Quỳnh tương đôi chén giải cơn
    nồng.
Một bóng giăng lồng,
Một mẫu sen lồng.

Thái Sinh:
> *(Điệu trước)*
> *Núi tuyết non băng tiệc yến bày,*
> *Đàn kia khôn khuây,*
> *Rượu này khôn khuây,*
> *Tiếng ve réo rắt bóng huỳnh bay.*
> *Chén quỳnh nào say,*
> *Giấc điệp nào say.*

Thôi tôi không thể nào uống được nữa, xin phu nhân miễn cho.

Ngưu Thị:

Hôm nay Tướng Công buồn quá, chúng bây bỏ mâm rượu, cất cả những đàn địch vào.

> *(Chúng dạ - Ngưu Thị, Thái Sinh cùng vào)*
> *(Hai Viện Tử, Tích Xuân, Vú Già cùng xếp dọn để đem vào)*

Tích Xuân:

Còn những bát nấu này, Vú đem vào mà ăn.

Viện Tử:

Bát nào còn nguyên thời xếp để đem vào; còn những bát đã bới dở thời trút mẹ nó xuống hồ ấy!

Vú Già:

Các anh đừng phí của: năm nay thiên hạ chán người chết đói ra đấy.

> *(Hai Viện Tử lại khiêng mâm rượu vào. Vú Già cầm đèn lồng cũng vào)*

Tích Xuân:
> *Thần tiên sum họp chốn dao cung,*
> *Ao mát sen thơm tiệc rượu nồng.*
> *Thấm thoắt những e giời đổi tiết,*
> *Ngô vàng một lá rụng thu phong.*

> *(Vào)*

Thái Sinh (ra):

                    (Mãn Đình Phương)

Như oán như vui,
Dở cười dở khóc,
Duyên kia thêm một mối sầu.

Gia hương cách trở,
Đất khách bấy nhiêu lâu.
Cách tuyệt bóng chim tăm cá,
Bức thư về biết gửi vào đâu.
Lần lựa mãi,
Cù lao ơn nặng,
Quên chín chữ cao sâu!

                                  (Ngồi viết một bức thư)

                    (Bách Tự Lệnh)

Hài nhi trăm lạy, Chúc mẹ cha khang cát.
Thấm thoắt từ khi con cất bước, Xuân thu đà đổi tiết.
Quan san muôn dặm,
Tưởng nhớ tình khôn xiết.
Chút vì danh lợi,
Ràng buộc một ngày thêm vấn vít.
Từ quan không được,
Chiếu chỉ vua đà quyết.
Để đến tháng sau con xin phép,
Nay kính bẩm thiết thiết.

Viện Tử đâu,

                                          (Viện Tử dạ, ra)

    Nay ta có bức thư này gửi về nhà, cho mày tiền ăn đường khứ hồi, đi về tới Trần Lưu, chỗ quê ta, hỏi thăm vào đến nhà, đưa bức thư và xem ở nhà có được bình yên không, thế nào lại về ngay đây để ta biết. Sáng mai đi ngay.

                (Viện Tử dạ, lĩnh tiền và đem thư vào - Thái Sinh cũng vào)
                                (Ngưu Thị, Tích Xuân cùng ra)

Ngưu Thị:

(Bồ Tát Man)

Mưa tạnh, gió êm, hồ lặng sóng.
Lá vàng lác đác giời quang bóng.
Vằng vặc mảnh gương Nga,
Nhân gian soi gần xa;
Lầu ngọc long lanh sáng,
Mặt nước càng lai láng;
Trong suốt một giời thâu.
Gió giăng chung một bầu.

Tích Xuân, đêm hôm nay gặp tiết Trung Thu, giăng trong gió mát, mày vào mời Tướng Công ra chơi.

(Tích Xuân dạ, vào; theo Thái Sinh cùng ra)

Thái Sinh:

Quê hương đà gửi bức thư phong,
Một tấm hồn quê cũng gói cùng.
Tròn bóng Hằng Nga thu mấy lúc,
Tiếc ai nghìn dặm cách tây đông.

Ngưu Thị:

Đêm nay tiết Trung Thu giăng sáng, mời Tướng Công ra chơi.

Thái Sinh:

Giăng tuy sáng làm vậy, song mà sương móc ướt lạnh, lại những tiếng giun dế kêu; đêm hôm nay tưởng có không biết bao nhiêu người ly biệt thời đáng buồn là nhường nào.

Tích Xuân:

Bẩm Tướng Công cùng Phu Nhân, nghĩ người ta có lúc hợp lúc ly, cũng như giăng có lúc tròn lúc khuyết, khó ai giữ được thường nào. Đêm hôm nay giăng đã tròn sáng, người lại tụ hợp, chi bằng Tướng Công cùng Phu Nhân uống rượu để thưởng giăng, còn như ai biệt ly ở đâu thời cũng không phải buồn thay cho người ta làm chi.

Ngưu Thị:

Ừ, con Tích Xuân nói phải. Mày vào lấy rượu ra đây để tao mời Tướng Công cùng uống chơi.

Tích Xuân:

Dạ.

(Vào lấy rượu ra; rót đưa lên. Thái Sinh, Ngưu Thị cùng uống)

Ngưu Thị:

(Phá Tề Trận)

Một bức rèm thưa cao cuốn,
Giời thu muôn dặm quang tênh.
Ngọc thỏ tròn gương,
Hằng Nga rạng vẻ;
Nhân gian đi lại chén quỳnh.
Cưỡi mây ta muốn bay lên nguyệt,
Hỏi chị Hằng Nga ai đã xinh.
Luống e sương lạnh mình.

Thái Sinh:

(Điệu trước)

Khúc địch véo von núi thẳm,
Tiếng chày chan chát đêm thinh.
Kẻ ở người đi,
Nay tròn mai khuyết,
Vừng giăng soi mấy mảnh tình.
Sân khuya bóng lẻ người ly phụ,
Ải lạnh hồn tiêu khách viễn chinh.
Đoạn trường đêm mấy canh.

Tích Xuân:

Đoàn viên một tiệc Trung Thu,
Mừng giăng chén tạc chén thù tỉnh say.
Thu này năm ngoái năm nay,
Người đây giăng đấy đêm này sang năm.

(Ngưu Thị truyền xếp dọn, cùng vào)

Hồi Thứ Tám

Người khuê các nên thân hành khất,
Khúc tỳ bà ai oán vì ai.

Triệu Thị, Trương Công, Thái Sinh, Quân Lính, Sư Cụ
Các Tiểu, Các người chơi hội chùa

Triệu Thị (cắp cái tỳ bà và cầm bức chân dung ra):
Đêm qua vằng vặc bóng giăng rằm,
Giọt lệ Hằng Nga lá ướt đầm.
Cung Quảng năm canh ngùi mạnh bạc,
Cùng ai khăng khít dải đồng tâm.

Như tôi, chẳng may bố mẹ chồng chết cả, nhờ Trương Công giúp đỡ, đào sâu chôn chặt, công việc đã xong. Tôi bây giờ không có nhẽ ở nhà một mình, âu là phải vào Tràng An để tìm chồng, xem duyên phận của mình ra làm sao. Ngày hôm qua nhân là tiết Trung Thu, tôi đã ra thắp hương khấn ở hai mộ để xin đứng dậy đi; còn như bức chân dung của hai bố mẹ chồng tôi đây, nay tôi cũng không có để ở nhà cho ai.

Thầy mẹ ơi!
Hai đống đất cùng ai hôm tối;
Thân con đi lủi thủi một mình.
Dọc đường xin mang lấy bức tranh,
Lúc nhang khói chút tình hôm sớm.
Thôi ta sang chào Trương Công rồi để đi.

(Vào)

Trương Công (ra):
Lộp bộp ngô đồng rụng gió thu,
Lơ chơ gốc liễu tiếng ve sầu.
Thói đời lắm lúc coi mà chán,
Mặt nước Trường Giang trắng một màu!

Triệu Thị (ra):
Bẩm lạy cụ.

Trương Công:
Cô đi đâu mà lại cầm cái đàn kia làm gì?

Triệu Thị:
Bẩm cụ, con sang hầu chào cụ, để con xin đi vào Tràng An.

Trương Công:
Cô định đi thật à? Đến hôm nào thời đi?

Triệu Thị:
Bẩm cụ, hôm nay con sang hầu chào cụ, rồi con xin đi luôn.

Trương Công:
Từ đây vào cho tới Tràng An, đường đi xa lắm, cô lấy đâu được tiền để ăn đường mà đi.

Triệu Thị:
Con đã đem cái tỳ bà này đi, để hát dọc đường mà ăn xin; cốt là được vào cho tới Tràng An, để tìm được chồng con xem làm sao. Còn hai ngôi mộ thầy mẹ con ở nhà, xin cụ chiếu cố, thường trông nom đến cho, con được đội ơn cụ vạn bội.

Trương Công:
Sự ấy thờ đã đành, cô không nói, tôi cũng khắc phải trông nom; chỉ rằng tôi nghĩ thương cho cô.

(Khóc)

Ngũ Nương ơi,
Thân khuê các, đem thân hành khất;
Bước quan san, cất bước tìm chồng.
Đành vậy mà
Cùng nhau ai dễ biết trong lòng,
Sợ chăng nữa
Có gặp lại thà không thấy mặt.

Ngũ Nương ơi,
Xưa kia son phấn vợ cùng chồng,
Nghèo đó lâu nay nhọ má hồng.
Một chị bần hàn, anh phú quí,
Gặp nhau ai có nhận nhau không.

Cô vào đến Tràng An thời phải hỏi thăm cẩn thận, rồi hãy tìm đến chỗ quan Trạng ngài ở, cô nghe chưa?

Triệu Thị:
Dạ, cụ dạy như thế, con xin vâng.

(Khóc)

Trương Công:
Thôi nay mà cô đã đi, thời tôi cũng không có nhẽ ngăn bảo cô ở nhà, vậy có ba quan tiền, gọi là tiễn cô để thêm ít nhiều hành lý.

(Gọi lấy ba quan tiền ra, đưa cho Triệu Thị)

Triệu Thị:
Cụ đã cho, thời con xin vâng lấy. Con nghĩ như lòng cụ thương con đây,
Tình dẫu láng giềng giúp đỡ,
Ơn nhường cha mẹ đẻ ra.
   Như con nay,
Vì tìm chồng cất bước đi xa,
Xin chúc cụ ở nhà mạnh khỏe.

Trương Công:
Tôi cảm tạ cô, mong cho cô đi đường được bình yên mạnh khỏe thời tôi cũng lấy làm mừng.

Triệu Thị:
Lạy cụ, con xin đi.

(Vào)

Trương Công:

Nghĩ như cái tình cảnh cô Ngũ Nương, thật là đáng thương. Thôi nhưng mà từ xưa đến nay, bao những người hiếu nghĩa thời thường vẫn phải khổ; nếu không là tự mình muốn chịu lấy cái khổ thời cũng không ai bắt phải hiếu nghĩa nào.

Cuộc đời cay đắng bao nhiêu kẻ,
Đừng trách ông xanh, chớ oán ai.

(Vào)

Triệu Thị (ra):

Thương thay yếu liễu thơ đào,
Một thân mang nặng biết bao nhiêu tình.
Ma chay mồ mả đã đành,
Tìm chồng xem cái duyên mình làm sao.

(Mãn Đình Phương)

Qua núi leo đèo,
Lội ngòi noi nước.
Một mình giời bể bơ vơ.
Tràng An xa khuất,
Đi mãi đến bao giờ.
Khắc khoải gia hương phần mộ,
Bức chân dung còn đó trơ trơ.
Tiền lưng hết,
Quãng đường lận đận,
Ăn gió lại nằm mưa.

Thương thay một bản tỳ bà
Nước non biết có ai là tri âm.
Biết rằng có gặp đồng tâm,
Dương Quan ra khỏi những nhầm người quen,
Ví chăng duyên lại gặp duyên,
Bỏ công non nước truân chuyên một lần.

(Đứng dừng chân để trông)

Đẳng đẳng đường xa dặm thẳm
Lạnh lùng đông tới thu qua.

Hội hè đâu trông thấy nẻo xa,
Âu ta phải tới mà khất cái.

(Vào)

Sư Cụ (ra):
Chúa ghét ăn chay! Chỉ rượu chè.
Ngày đêm kinh kệ đọc be be.
Đàn tràng chuông mõ lòe thiên hạ,
Lợi dụng cho nên mới hội hè.

Tôi tên là Ngũ Giới,
Làm Hòa Thượng[1] *chùa đây,*
Dựng đàn tràng mở hội hôm nay,
Các đàn việt đông tây đến lễ.

Chư tiểu đâu!

Các Tiểu (ra):
Cuộc đời chưa thạo cách xoay xu,
Xếp lại tang bồng một kiếp tu.
Trần thế chưa hay ai đã sướng,
Qui Tăng qui Phật cũng lu bù.

Dạ, bạch cụ truyền có việc gì?

Sư Cụ:
Hôm nay là ngày hội, phải ra luôn ở đây, để xem có ai đến thời tiếp đãi giầu nước mà mời chào người ta thời mới có cái mà ăn chứ, cứ chui vào trong bếp với nhau để mà làm gì?!

Các Tiểu:
Dạ.

(Các khách đi chùa, thiện nam tín nữ cùng ra...)
(Triệu Thị cũng ra)

Khách chùa:
Nhà cô này không mù mà cũng đi hát xẩm!

---

1   Bản gốc in là *Hoàng Thượng*, ngờ là sai.

Triệu Thị:
   Bẩm, cửa nhà sa sút, thời phải đi hát làm vậy. Để con hát một vài câu, nếu có hay thời các ông các bà làm phúc cho.

Khách chùa:
   Ừ, thế cô hát đi.

Triệu Thị (đánh tỳ bà, hát)**:**
   Làm người,
   Làm người,
   Giời sinh ra,
   Đã trót làm người,
   Giời sinh ra đã trót làm người,
   Phải nhớ công cha mẹ khi đẻ khi nuôi ra mình.
   Công đức sinh thành,
   Kể xiết bao công đức sinh thành,
   Mười tháng giời đẻ đau mang nặng ai biết tình cho chưa?

   Mừng những bao giờ,
   Mừng hoa mừng nụ những bao giờ,
   Mong cho con chóng biết đi, biết đứng, biết thưa, biết chào.
   Biết cho học thầy nào,
   Khi nhớn lên, lại lo rằng biết cho học thầy nào.
   Mong cho con thi đỗ mà để quan cho cao, bổng cho lại thật nhiều.
   Tựa cửa hôm chiều, Khi con đi thời tựa cửa hôm chiều,
   Đêm mong ngày mỏi biết bao nhiêu là tình.
   Sương gió một mình,
   Lại còn e rằng khi sương khi gió một mình;
   Nước non thương nhớ, ai ôi, để một cái mối tình cho mẹ cùng cha.

   Thế cho nên khi cha mẹ giờ về già,
   Kìa như ai, cũng còn có người cúng, người tế, người làm ma đắp mồ.

Người chồng tôi nó chẳng ra đỗ,
Đừng bắt chiếc¹ cái người chồng tôi nó chẳng có ra đỗ,
Xa cha xa mẹ, nó dò đi thì đâu.
Bây giờ để cho vợ phải vác cái tỳ bà đi hát như con quốc kêu sầu.

Khách:

Cô này hát hay thật. Cô hát cái bài như thế là cô học ở đâu? Hay tình cảnh cô có như thế thật không?

(Thái Sinh ra, quân lính ra trước)

Quân Lính (đánh, phất):

Này hát này! Xem này! Không ngồi dẹp vào một bên, bày ngay ra ở trước cửa tam quan để mà từng tưng!

Chúng Khách:

Quan Trạng! Quan Trạng!

(Triệu Thị vác cái tỳ bà chạy, có ý trông lại.
Các khách cũng tán lạc cả)

Thái Sinh:

Lênh đênh bể hoạn khách phù sinh,
Sóng gió ba thu một khối tình.
Danh lợi vần người âu đã mệt,
Tăng đồ nghe đọc mấy câu kinh.

Quân Lính:

Sư Cụ đâu, quan Trạng tới chùa đó, ra đón ngay.

Sư Cụ:

Nam Vô A Di Đà Phật! Bẩm lạy quan Trạng, hôm nay ngài thong dong vãng cảnh.

Thái Sinh:

Chào Sư Cụ. Hôm nay ngày hội chùa, tôi đến để lễ Phật; Sư Cụ tụng cho một bài kinh, để nhờ Phật phù hộ cho hai thân tôi ở nhà được mạnh khỏe.

---

1 Bắt chiếc: bắt chước.

Sư Cụ:
    Dạ.
        (Giải chiếu mời quan Trạng ngồi, xong rồi thỉnh chuông tụng kinh)
    Niệm Nam Vô A Di Đà Phật!
    Niệm Nam Vô Đức Phật Như Lai!
    Hỏi sắc không không sắc là ai,
    Tâm phụng thỉnh Như Lai Phật Pháp.
    Ma A Tát Nam Vô Bồ Tát,
    Nam Vô Bát Nhã Ba La Đường.

Tiểu (đứng cạnh nói khẽ):
    Cụ đọc sai rồi, Ba La Mật chứ?

Sư Cụ:
    Đường thời cũng nấu chè mà thôi,
    Mật thời cũng nấu chè mà thôi,
    Nghĩa kinh như thế, nào ai đọc chẳng.
    Nam Vô Thập Phương Phật, Thập Phương Pháp, Thập
        Phương Tăng.
    Tụng kinh này Phật có nghe chăng?
    Phật cho phúc đẳng Hằng Hà sa số.
    Thứ nhất nên tắt bỏ lửa lòng,
    Thứ nhì nên cắt lòng phiền não.
    Thứ ba nên róm đèn Tam Bảo,
    Rồi sẽ nên mặc áo cà sa.
    Niệm Nam Vô Đức Phật Di Đà,
    Không thanh tịnh thời là Phật giết.
    Hễ ở lành thời thành Phật, thành Bồ Tát.
    Hễ ở ác thời hóa quỉ sứ, hóa la sát.
    Nam Vô Quan Thế Âm Bồ Tát,
    Hỏi chúng sinh có biết hay không?

Người chồng tôi nó chẳng ra đồ,
Đừng bắt chiếc¹ cái người chồng tôi nó chẳng có ra đồ,
Xa cha xa mẹ, nó dò đi thì đâu.
Bây giờ để cho vợ phải vác cái tỳ bà đi hát như con quốc kêu sầu.

Khách:

Cô này hát hay thật. Cô hát cái bài như thế là cô học ở đâu? Hay tình cảnh cô có như thế thật không?

(Thái Sinh ra, quân lính ra trước)

Quân Lính (đánh, phất):

Này hát này! Xem này! Không ngồi dẹp vào một bên, bày ngay ra ở trước cửa tam quan để mà từng tưng!

Chúng Khách:

Quan Trạng! Quan Trạng!

(Triệu Thị vác cái tỳ bà chạy, có ý trông lại. Các khách cũng tán lạc cả)

Thái Sinh:

Lênh đênh bể hoạn khách phù sinh,
Sóng gió ba thu một khối tình.
Danh lợi vần người âu đã mệt,
Tăng đồ nghe đọc mấy câu kinh.

Quân Lính:

Sư Cụ đâu, quan Trạng tới chùa đó, ra đón ngay.

Sư Cụ:

Nam Vô A Di Đà Phật! Bẩm lạy quan Trạng, hôm nay ngài thong dong vãng cảnh.

Thái Sinh:

Chào Sư Cụ. Hôm nay ngày hội chùa, tôi đến để lễ Phật; Sư Cụ tụng cho một bài kinh, để nhờ Phật phù hộ cho hai thân tôi ở nhà được mạnh khỏe.

---

1 Bắt chiếc: bắt chước.

Sư Cụ:
    Dạ.

        (Giải chiếu mời quan Trạng ngồi, xong rồi thỉnh chuông tụng kinh)
    Niệm Nam Vô A Di Đà Phật!
    Niệm Nam Vô Đức Phật Như Lai!
    Hỏi sắc không không sắc là ai,
    Tâm phụng thỉnh Như Lai Phật Pháp.
    Ma A Tát Nam Vô Bồ Tát,
    Nam Vô Bát Nhã Ba La Đường.

Tiểu (đứng cạnh nói khẽ):
    Cụ đọc sai rồi, Ba La Mật chứ?

Sư Cụ:
    Đường thời cũng nấu chè mà thôi,
    Mật thời cũng nấu chè mà thôi,
    Nghĩa kinh như thế, nào ai đọc chẳng.
    Nam Vô Thập Phương Phật, Thập Phương Pháp, Thập
        Phương Tăng.
    Tụng kinh này Phật có nghe chăng?
    Phật cho phúc đẳng Hằng Hà sa số.
    Thứ nhất nên tắt bỏ lửa lòng,
    Thứ nhì nên cắt lòng phiền não.
    Thứ ba nên róm đèn Tam Bảo,
    Rồi sẽ nên mặc áo cà sa.
    Niệm Nam Vô Đức Phật Di Đà,
    Không thanh tịnh thời là Phật giết.
    Hễ ở lành thời thành Phật, thành Bồ Tát.
    Hễ ở ác thời hóa quỉ sứ, hóa la sát.
    Nam Vô Quan Thế Âm Bồ Tát,
    Hỏi chúng sinh có biết hay không?

> Trên đàn tràng tiếng trống lung tung,
> Mõ lốc cốc, chuông đồng công[1] kính.
> Phép Phật bợm hơn Giời hơn Thánh,
> Phật ngồi lên trên cánh hoa sen.
> Hộ trì cho cụ Cố bình yên,
> Phúc đức Phật vô biên vô lượng.
> Củng, củng, củng, củng, củng.
> Bẩm xin mời quan Trạng ngài vào làm lễ.

(Thái Sinh làm lễ tám lễ)

Triệu Thị (ra ở một bên ngoài tam quan):
> Trăm mồm như một hẳn không sai,
> Người đó chăng là Thái Bá Giai.
> Mũ áo bây giờ quan lớn Trạng,
> Rể quan Thừa Tướng, ấy chồng ai?

Ối chao ôi! Tôi hỏi những người khách đi chùa, người ta đều nói rằng đấy là quan Trạng Nguyên, tên ngài là Thái Bá Giai, mà bây giờ ngài làm rể trong dinh quan Thừa Tướng rồi.

> Trượng phu ơi!
> Bây giờ một vực một giời;
> Qua đường hờ hững con người ăn xin.

(Thái Sinh lễ xong)

Sư Cụ:
> Tiểu đâu, pha nước ra đây.

(Tiểu dạ, đem nước ra
Sư Cụ mời Thái Sinh uống nước
Thái Sinh uống nước, ăn thuốc)

---

[1] Chữ *công* này đọc theo vần mới ở quyển **Lên Sáu**. [*chú thích của dịch giả*] Có lẽ Tản Đà muốn chữ này, được viết theo "vần mới", phải đọc là **coong**, vì ông có ý định sửa chữ **công** theo lối ta viết xưa nay thành **cônh**, một lối viết được bàn trong **Lên Sáu**, sách dạy trẻ em học vần do Tản Đà soạn.

Triệu Thị (dở bức chân dung ra, cầm lên trông mà than)**:**

Cha mẹ ơi,
Hai người chết, hai người còn sống,
Họp nhau đây, giấc mộng mà thôi!
Chân dung này là bố mẹ ai?
Là bố mẹ chồng người hành khất.

Thái Sinh:

Sư Cụ, trong chùa đây có rộng không?

Sư Cụ:

Bẩm quan Trạng, trong chùa đây rộng lắm, xin rước quan Trạng ngài vãng cảnh chơi.

(Thái Sinh, Sư Cụ, quân lính cùng đi réo xem các cảnh trong khu chùa)

Triệu Thị:

Thôi bây giờ như tôi, không còn biết nghĩ ra làm sao. Thôi thế cũng là bõ cái công nước non lặn lội mà tìm cho được gặp chồng. Âu là ta đề mấy câu, tả cái thân thế vào sau bức chân dung này, một là ngậm ngùi cùng cha mẹ; hai là một mai mình có thác đi nữa, bức chân dung này lưu lạc đi tới đâu, thiên hạ cũng còn có người biết cái tình cảnh cho.

(Nói rồi, cắn ngón tay lấy máu, bẻ cái cẳng tre non nhấm làm bút để viết)

Thái Sinh (vãng cảnh rồi, đi quanh ra gần đến sân trước chùa)**:**

Thôi chào Sư Cụ nghỉ lại, để tôi xin lại nhà. Quân lính đâu, lấy tiền đưa tiền vàng hương cho nhà chùa.

(Quân lính dạ, đưa tiền ra)

Sư Cụ:

Bẩm xin cảm tạ quan Trạng. Tiểu đâu. Ngài cho tiền đấy, cầm lấy.

(Tiểu dạ, lĩnh lấy tiền)

Triệu Thị:
> *Tôi Ngũ Nương họ Triệu,*
> *Quê ở quận Trần Lưu.*
> *Vợ chồng hai tháng mới cùng nhau,*
> *Nam Bắc đôi nơi đà cách rẽ,*
> *Phận là gái vì chồng nuôi bố mẹ,*
> *Nhà thì nghèo nhiều nỗi đáng thương tâm,*
> *Khi dưỡng sinh ăn cám để nhường cơm,*
> *Lúc tống tử lo ma mà cắt tóc,*
> *Lòng thiếu phụ tơ vò chín khúc,*
> *Mồ công cô tay đắp hai ngôi.*
> *Khúc tỳ bà ai oán vì ai,*
> *Nước non lặn lội xa khơi tìm chồng...*[1]

Quân Lính A (đi ra trước, quất Triệu Thị một roi vào sau lưng):
> *Cái con rồ này, lại vẫn ngồi đây mà nghêu ngao*[2]*!*

>> (Triệu Thị giật mình, đeo cái tỳ bà chạy, vào; bỏ quên bức chân dung)
>> (Quân lính bắt được bức chân dung, cầm đứng xem)

Quân Lính B (ra):
> *Cái gì thế? Mày.*

---

1 Từ lúc "Thái Sinh làm lễ tám lễ" đến đây, nếu có diễn ở sân hát, hơi phải lưu ý. Lúc Thái Sinh làm lễ tám lễ ở trong chùa, tức là lúc Triệu Thị ra ở ngoài tam quan mà ngâm thán kể lể. Lúc Sư Cụ mời Thái Sinh uống nước ăn thuốc ở trong chùa, tức là lúc Triệu Thị ở ngoài tam quan dở bức chân dung ra, cầm giơ lên mà than. Lúc Sư Cụ mời Thái Sinh mà đưa đi xem cảnh trong chùa, tức là lúc Triệu Thị ở ngoài tam quan kể lể một mình mà sắp cắn ngón tay lấy máu và bẻ cẳng tre, nhắm để làm bút, tức là lúc Thái Sinh ở trong chùa đương chào Sư Cụ và bảo lính lấy tiền cho nhà chùa. Lúc Tiểu lĩnh tiền mà Thái Sinh ở trong chùa sắp ra, đương đi ra, tức là lúc Triệu Thị ngồi ở ngoài tam quan mà ngâm đề bái này. Trong bấy nhiêu lúc, Thái Sinh cùng Triệu Thị hai người cùng ra ở sân hát mà một người ở trong chùa, một người ở bên ngoài tam quan, cùng không trông thấy nhau: Thái Sinh không trông thấy Triệu Thị thời đã đành; còn như Triệu Thị thời cũng chỉ có ý trông vào chùa mà thôi, chớ nếu trông hẳn vào Thái Sinh thời không hợp. Đến lúc quân lính ra đánh quất mà Triệu Thị giật mình vội chạy thời cũng không kịp trông thấy Thái Sinh nữa. Trong đoạn này nếu có diễn ra ở sân hát, hơi phải lưu ý. [*chú thích của dịch giả*]

2 Nghêu ngao: bản gốc in là *nguêu ngoao*.

Quân Lính A:
Con hát xẩm ban nãy, nó bỏ quên cái bức tranh, đẹp đáo để.

(Thái Sinh đi ra. Sư Cụ theo tiễn ra cửa chùa)

Thái Sinh:
Cái gì thế? Hở bây.

Quân Lính:
Bẩm có một bức tranh của ai người ta bỏ rơi, đằng sau lại có như chữ son mới viết.

Thái Sinh:
Bây hãy cầm lấy đem về, để rồi ta coi qua. Sư Cụ, của ai mất cái tranh này mà người ta có tìm đến thời bảo người ta vào trong dinh mà xin, ta bảo lính nó giả cho, nghe chưa.

Sư Cụ:
Dạ. Bẩm lạy quan Trạng ngài lại nhà.

Thái Sinh:
Không dám, thôi nhà sư nghỉ lại.

(Thái Sinh vào, quân lính cùng vào)

Sư Cụ:
Tiểu đâu.

Các Tiểu:
Dạ.

Sư Cụ:
Đi xếp dọn đàn tràng, xong thời đóng cổng chùa lại, rồi xuống chặt mấy đĩa thịt gà bưng lên để ăn, mau lên.

(Tiểu dạ - Sư Cụ vào
tiểu, một người dọn đàn tràng,
một người ra đóng cổng chùa)

Triệu Thị (ra tìm bức chân dung không thấy):
  Này chú tiểu, có bắt được cái bức tranh của tôi ở đây không?

Tiểu:
  Không. Ban nãy như cậu lính cậu ấy bắt được đấy.

Triệu Thị:
  Thế bây giờ làm thế nào mà lấy lại được? Hở chú.

Tiểu:
  Tôi không biết! Vào trong dinh ông Trạng mà xin. Tôi còn vội đóng cửa chùa để vào bếp làm chén cho cụ đây.

  (Tiểu đóng cổng lại, rồi rủ cả tiểu kia cùng vào)

Triệu Thị (đứng ở ngoài tam quan một mình):
  Thôi như bức chân dung mà đánh mất đi như thế, thời còn lấy lại được làm sao; mà không biết có qua mắt quan Trạng Nguyên ngài coi tới hay không? Nếu người ấy mà có coi tới chăng, tưởng cũng có một phen buồn rầu thời phải. Thôi nhưng mà

  Nhời thơ dẫu đầy như nước suối;
  Lòng người như nước dội lá khoai.

  (Lại nâng lấy cái tỳ bà)

  Tỳ bà này ai oán vì ai,
  Điệu cao dây đứt,
      ai người cảm thương.

  (Vào)

Tỳ Bà Truyện

Nguyễn Bính

Người hiệu đính mạn phép phân đoạn
và đặt tiểu tự cho mỗi đoạn.

1. Ngày xưa ở quận Trần Lưu

Ngẫm xem từ trước đến giờ,
Việc đời thực biến như cờ thất tinh.
Kim năng ngữ, kiếm dục minh[1],
Ngán cho thế sự nhân tình bấy nhiêu!

Ngày xưa ở quận Trần Lưu,
Có nhà họ Thái ra chiều hiếm hoi.
Vợ chồng tuổi ngoại sáu mươi,
Khói hương duy được một người con trai.
Gọi tên là Thái Bá Giai,
Vẫn cho khuya sớm dùi mài sử kinh.
Nếp nhà vốn sẵn thông minh,
Giai còn nhỏ đã nức danh thần đồng.
Văn chương lừng lẫy khắp vùng,
Đọc trơn bảy bước, thuộc lòng năm xe.
Thầy đồ gặp bạn thường khoe:
- Nó rồi ông Cống, ông Nghè nay mai.
Tài hoa nó đã hơn người,
Công danh nó hẳn gấp mười lũ ta.
Hậu sinh khả úy lắm mà,
Ta như quạ tuổi, nó là phượng non.

Đời tươi như những khuyên son.
Thái Ông hy vọng cho con nên người,
Trước là tỏ mặt với đời,
Sau là vui hưởng phúc trời cũng hay.
Thái Bà canh cửi luôn tay,
Cơm ăn hôm sớm áo may lạnh nồng.
Đàn bà làm tướng bên trong,
Khuyên con từ mẫu, thờ chồng Mạnh Quang.

---

1 Kim năng ngữ (金能語), kiếm dục minh (劍欲鳴): chép từ một bài thơ cổ tên *Đồng Tiền*, không rõ của Tú Xương hay Nguyễn Công Trứ, nghĩa là (xét việc đời, lòng người, thì thấy) tiền biết ăn nói, gươm muốn kêu gào (Bản VNTNTC in là kim năng ngữ, kiếm dục *tình*, có lẽ sai.)

Đã tần tảo, lại tao khang,
Dưỡng sinh nghĩa cả đá vàng duyên cao.
Ngày ngày nắng xế bờ ao,
Mưa khuya vườn chuối ra vào tóc sương.

2. Đàn không là rượu mà say

Thái Sinh mỗi buổi tan trường,
Thường về qua xóm Hiền Lương cạnh làng.
Nhà ai vách trúc rèm lan,
Thường nghe văng vẳng tiếng đàn bay ra.
Tiếng đâu thắm ngọc tươi hoa,
Tiếng đâu nắng xế, trăng tà, mưa khuya.
Tiếng đâu chắp nối chia lìa,
Ngựa lên ải quạnh, chim về rừng xa,
Tiếng đâu, ôi! Tiếng tỳ bà,
Dừng chân Chung Tử để mà vấn vương.
Thẫn thờ sớm nắng chiều sương,
Đàn ai trêu khách qua đường mãi đây.
Đàn không là rượu mà say,
Đàn không cay đắng mà cay đắng lòng.
Nhà ai? Quạnh vắng vô cùng,
Thắm gieo hiên biếng vàng phong ngõ lười.
Tiếng oanh nhại tiếng ai cười,
Bóng dương bắt chước bóng người phất phơ.
Một mình năm ngắn mười ngơ,
Thái Sinh ngâm mấy vần thơ cảm hoài.
Đêm đêm trong tiếng học bài
Dường như có lẫn một vài tiếng tơ.

Mặt đường thêu nhặt lá ngô,
Bãi nằm se cát đò đưa lạnh chèo.
Khắp trời gió lộng vi veo,
Sương mai dưới núi, sương chiều trên sông.

Thái Sinh thắc mắc bên lòng,
Chờ mong, nhưng biết chờ mong những gì?
Mơ màng như ở, như đi,
Như vương kén lại, như lìa tổ ra,
Như gần thôi lại như xa,
Xót trăng đầu tháng, thương hoa cuối mùa.

Bỗng không ai đợi mà chờ,
Ai tin mà tưởng, ai ngờ mà oan?
Chiều thu thơ thẩn bóng vàng,
Có ai xuôi bước cho chàng đi qua.
Nhà ai bặt tiếng tỳ bà,
Trong vườn thấp thoáng bóng hoa: bóng người,
Bóng người? Không, bóng hoa tươi,
Bóng hoa? Không, cả bóng người, bóng hoa.
Liễu điều thua vẻ thướt tha,
Đây là đâu? Phải đây là đào nguyên?

Cõi trần mà có người tiên,
Nõn nà như huệ, dịu hiền như lan.

Thái Sinh dừng bước bên đàng.
Hồn say đắm quá tình càng đắm say.
Đàn âu kia hẳn tay này,
Sớm chiều trong gió bay đầy tiếng tơ.
Ngàn thu sóng vỗ vào bờ,
Ngàn thu tài tử vẫn chờ giai nhân.

Trong vườn người đẹp bâng khuâng,
Nhẹ vin cành thắm, tay ngần ngại tay,
Gió chiều thổi cánh hoa bay,
Gió chiều nhắn gửi với ngày thu sơ?
Thốt như linh cảm bấy giờ,
Giai nhân đưa mắt qua bờ dậu thưa.
Giật mình:
- Ô! Lạ lùng chưa?
Người nào đứng đó ngẩn ngơ nhìn mình?
Người nào có vẻ thư sinh
Mà đường đột thế ra tình bướm ong?

Quay đi, người đẹp lạnh lùng,
Gót son nhẹ bước vào trong buồng điều.
Hoa thu rơi rụng thêm nhiều,
Gió chiều héo hắt, nắng chiều héo hon.
Thái Sinh như kẻ mất hồn,
Nắng tô mãi bóng ưu buồn dài ra.
Ngẩn ngơ quên trở lại nhà,
Bỗng đâu một tiếng cười xòa bên tai:
- Anh này đứng đợi chờ ai?
Hay là định đứng học bài ở đây?

Thái Sinh đỏ tía mặt mày,
Ngoảnh đầu nhìn lại mới hay bạn mình:
- Đi đâu về đó? Lưu Sinh!

Lưu cười một tiếng hữu tình mà thưa:
- Huynh ơi! Đệ thật không ngờ
Từ bao mặt trắng vương mơ má hồng!

Hai người so bước thong dong,
Thái rằng:
- Xin thú nỗi lòng cùng anh
Từ ngày quen mái nhà tranh,
Tiếng tơ người đẹp vô tình bay ra.
Ý lòng nghe vướng tình hoa,
Nhớ nhung không biết có là tương tư?
Đêm trường rối cả cơn mơ.
Rút con chỉ thắm thả thơ lá điều
Mỹ nhân vũ mộ vân triêu[1]*,*
Biết đâu hàn sĩ sớm chiều lại qua.
Vừa rồi tỏ mặt Hằng Nga,
Mây vương tóc liễu son pha má đào.
Mi dài, mắt sáng như sao,
Huynh ơi! Đệ ngỡ lạc vào thiên thai.
Song giai nhân chẳng đoái hoài,
Hững hờ nàng rảo gót hài vào trong.
Cửa ngoài thắm rụng vàng phong,
Biết sao mà ngỏ nỗi lòng bấy lâu?
Từ nay sách ủ đèn sầu,
Một thân lẳng đẳng qua cầu nhớ thương.

Lưu Sinh nghe nói tỏ tường:
- Anh xông vào chốn tình trường làm chi?
Đã mang một tiếng nam nhi,
Trông lên còn lắm bước đi còn nhiều,
Hay gì ong bướm ghẹo trêu,
Có như Kim Trọng, Thúy Kiều ngày xưa
Trâm thề quạt ước đong đưa,
Mười lăm năm lận xe tơ không thành
Ví chăng cầu kết với tình,
Sao anh không liệu về trình song thân.
Hai nhà tính chuyện hôn nhân,
Để cho chỉ Tấn, tơ Tần xe chung.

---

1 Vũ mộ vân triêu (雨暮雲朝): chiều (làm) mưa sáng (làm) mây, nói về thần nữ trên núi Vu Sơn ở Dương Đài, dựa theo **Cao Đường Phú** của Tống Ngọc.

Nên ra nên vợ nên chồng,
Áo xanh rực rỡ má hồng đảm đang.
Sáng trăng, trải chiếu hai hàng
Bên anh đọc sách, bên nàng quay tơ.
Can gì thương nhớ bâng quơ,
Đắng cay cho gặp hững hờ mà chơi.

Thái Sinh nghe chửa dứt lời,
Vội vàng bái tạ rằng:
- Tôi không ngờ
Mấy lời anh dạy vừa giờ,
Thực như bó đuốc soi bờ ao khuya.
Làm cho tôi tỉnh giấc mê,
Làm cho tôi thấy đường đi phải đường.
Mực đen đèn sáng tỏ tường,
Một lời anh đáng làm gương muôn đời.

Chữ rằng: "chọn bạn mà chơi."
Bóng tà đã tắt hai người chia tay.
Độ trời mỏi cánh chim bay,
Đò đưa chuyến cuối tiễn ngày sang đêm.

3. Lụa đào chưa lọt tay ai

Nhà lan ngõ trúc êm đềm,
Đôi song đựng nguyệt bốn thềm đông hoa.
Giai nhân trong ngọc trắng ngà,
Vốn dòng họ Triệu, tên là Ngũ Nương.
Từ lâu kín võ cao đường[1],
Hai thân, nửa mái tóc sương, chầu trời.
Tủi mình là gái mồ côi,
Ngã ba đường cái đầy lời bướm ong.
Vậy nên khóa chặt khuê phòng,
Đem thân liễu yếu vun trồng hoa tươi.

---

1 Võ (宇) là mái nhà, đường (堂) là ngôi nhà chính.

Lụa đào chưa lọt tay ai,
Mùa hoa bán cất cho người mua buôn.
Bụi hồng chẳng ở chân son,
Xuân xanh tuổi mới trăng tròn gương nga.
Anh mai, chị cúc, em trà,
Đầy vườn hồng hạnh, một nhà chi lan.
Phụ thân truyền lại ngón đàn,
Cho con từ buổi từ quan trở về.
Lời trung vua chẳng thèm nghe,
Cái thanh cao ép một bề thì thôi.

Về nhà dạy trẻ đàn chơi.
Vinh hoa với đám mây trôi khác gì?
Hạc vàng đôi chiếc bay đi,
Nghìn thu trần thế có về nữa đâu.
Bỗng nhiên trời thảm đất sầu,
Khăn tang hai dải trên đầu Ngũ Nương.
Cửa nhà này chút lửa hương,
Bốn dây tơ héo, một vườn hoa tươi.
Ngũ Nương chẳng chút biếng lười,
Hoa đầy sớm sớm, đàn vơi chiều chiều.
Gái tơ yên phận nhà nghèo,
Nghĩ chi lá thắm, chỉ điều vẩn vơ.

4. Xin cho được kết duyên lành

Nào hay vì mấy đường tơ,
Xui nên chắp nối giấc mơ một người.
Có không, duyên nợ bởi trời,
Thái Sinh ngay buổi được lời bạn khuyên,
Vội về trình với thông huyên
Xin cho mình được kết duyên cùng người.
Rằng:
- Con đã lớn khôn rồi,
Chăm nghiên bút để biếng lười thần hôn.

Công cha nghĩa mẹ tày non,
Một con lỗi đạo làm con sao đành?
Xin cho được kết duyên lành,
Để cho bên hiếu, bên tình vẹn đôi.

Hai thân nghe nói mỉm cười:
- Rồi ra ta sẽ mượn người dò la.
Ví bằng là gái nết na,
Nhà nghèo thì chọn dâu da nhà nghèo.
Để yên cha mẹ liệu chiều,
Con còn trẻ, cố mà theo học hành.
Chớ đam vào một chữ tình,
Mà hư mà phụ công trình mẹ cha.

5. Trăm năm kết một dải đồng

Hết mùa lá rụng thu qua,
Vườn mai bừng nở năm ba cánh gầy.
Khắp trời vẫn một màu mây,
Gió trôi heo hút mưa bay lạnh lùng.
Ai mà gối chiếc đêm đông,
Người ta lấy vợ lấy chồng ngổn ngang,
Vấn danh nạp thái huy hoàng,
Trong thôn đón rể, ngoài làng đưa dâu,
Liền liền như gió mưa mau,
Trai lành gái tốt đua nhau đá vàng.
Mặt sông băng giá chưa tan,
Thái Sinh đã cưới được nàng Ngũ Nương,
Động phòng tỏ sáp thêm hương,
Mắt xanh tài tử, má hường giai nhân.
Duyên tế ngộ, nghĩa châu trần,
Giữa mùa đông có mùa xuân chen vào.
Chuyên tay hợp cẩn rượu đào,
Trong thiên hạ dám men nào đọ say?
Lung linh cuối mắt, đầu mày,
Có tay trắng ngọc chờ tay trắng ngà.

Nồng nàn e ấp thiết tha,
Nửa như bạn mới, nửa là người xưa.
Sinh rằng:
- Từ buổi vương tơ,
Lương duyên nào có ai ngờ đêm nay.
Kiếp xưa tu hẳn đã dày,
Mới xui chim phượng về cây ngô đồng.
Giờ đây nên vợ nên chồng,
Trăm năm thật đã thỏa lòng khát khao.

Ngũ Nương e ấp cúi đầu,
Mặt hoa da phấn ửng màu chu sa:
- Dám thưa thân phận đàn bà,
Mười hai bến nước có là lênh đênh.
Được rày hương lửa ba sinh,
Se duyên quân tử gửi tình tri âm.
Trước là phụng dưỡng song thân,
Sau là sửa túi nâng khăn hầu chàng,
Mong sao trọn nghĩa đá vàng,
Lấy chồng thì gánh giang san nhà chồng.
Thiếp tôi vụng dại má hồng,
Dám xin quân tử lấy lòng mà thương.

Sinh rằng:
- Hoa đuốc phòng hương
Em ơi! Nói chuyện đường trường ấy chi?
Chén này em hãy cạn đi,
Bóng dương xin hướng hoa quỳ đêm nay.

Thưa rằng:
- Giai lão từ đây,
Phải chi tình nghĩa một ngày hay sao.
Vì chàng thương đến má đào,
Xin cho giải tỏ thấp cao đôi lời.
Khuyên chàng đừng lấy làm chơi,
Chăm bên tình ái, bỏ lười văn chương.

Vẻ gì một chút phấn hương,
Gắng đi cho hết con đường năm xe.
Nữa mai gió lạnh hoa hoè
Lấy đâu vốn liếng trảy về kinh đô?
Tài trai sự nghiệp là to,
Có đâu coi nặng chuyến đò thê nhi!
Đã lòng vâng chữ vu quy,
Phấn son thiếp dám tiếc gì phấn son?

Sinh rằng:
- Biển cạn non mòn,
Những lời em nói xin chôn vào lòng,
Trăm năm kết một dải đồng,
Đắm say duyên mới mặn nồng tình xuân.

Ngẫm xem lời nói tân nhân,
Kính yêu giờ lại bội phần kính yêu.
Mùi trinh bạch, nét yêu kiều,
Thái Sinh chẳng dám ra chiều lả lơi.
Ngũ Nương nâng nhẹ chén mời,
Phô răng thạch lựu, hé môi anh đào.
Tóc mây cánh phượng bồng cao,
Còn giai nhân đến thế nào nữa không?
Sinh rằng:
- Non nước hằng mong,
Cho nghe đôi tiếng tơ đồng được chăng?
- Đã lời dạy đến xin vâng,
Chỉ e tài mọn phu quân chê cười.

Bồ đào tửu, dạ quang bôi,
Tiếng tỳ bà chẳng giục người lên yên.
Một đàn năm ngón tay tiên,
Một đàn chim mộng triền miên bay về.
Đàn như tỉnh, đàn như mê,
Đàn se vời vợi, đàn về đăm đăm.
Tri âm, đàn gọi tri âm,
Đàn ngời ánh ngọc, đàn ngâm giọng vàng.

Phải đây là khúc hợp hoan?
Một bàn tay bốn dây đàn nở hoa.
Ngổn ngang nhưng vẫn khoan hòa.
Người nghe lặng lặng để mà đắm say.
Khôn ngăn ý đẹp tràn đầy.
Thái Sinh nắm lấy bàn tay đương đàn
- Như em tài sắc song toàn:
Anh thề sẽ đúc nhà vàng đón em.

Ngẩn ngơ bốn mắt trao nhìn,
Đôi môi hé nụ cười duyên. Não nùng!
Bên ngoài mưa gió mùa đông,
Lò hương đã nguội sáp hồng thì vơi.
Màn the đôi cánh buông rồi,
Chăn hương gối phấn một trời phấn hương.
Mắt ngà men rượu yêu đương,
Thái Sinh dần rõ Ngũ Nương nõn nà.
Tóc nhung viền suốt thân ngà,
Nhụy hồng e ấp tình hoa đầu mùa.
Rùng mình như nếm mơ chua,
Cái tê tái muốn vỡ bờ hợp hoan.
Nóng sôi ý phượng tình loan,
Hỡi ơi! Bó thắt đôi làn cánh tay
Thèm mà nín, khát mà say,
Xốn xang nhựa mạnh tuôn đầy búp tơ.
Mày cao đôi má chín nhừ,
Tân nhân ứa lệ, hoen mờ mắt xanh.
Thoắt mà đêm đã tàn canh,
Sáng bong bóng cá, qua mành mưa bay.
Nhành hoa tươi ngại ánh ngày,
Tiếng gà ướt rượt, giọng đầy nước mưa.

6. Thi Hương, thi Hội, thi Đình

Chàng đọc sách, thiếp xe tơ,
Đêm đêm trăng sáng, làm thơ đầu giường.

Nhà thanh đắp đổi bữa thường,
Quản chi sớm nắng, chiều sương phai nhòa,
Tròn nội trợ, vẹn tề gia.
Ra đường vội vội, về nhà chăm chăm.
Trồng dâu để đợi chăn tằm,
Dậy từ tối đất, đi nằm lặn sao.
Ông bà gương sáng thềm cao,
Đứng ngồi phụng dưỡng, ra vào thần hôn.
Cùng chồng duyên sắt tình son,
Vợ hiền dâu thảo tiếng đồn gần xa.
Tháng ngày đầm ấm bay qua,
Sánh đôi loan phượng đã tà hai trăng.

Tháng giêng vừa tiết đầu xuân,
Xanh um lá mạ, trắng ngần hoa cam,
Mưa xuân rắc bụi quanh làng,
Bà già sắm sửa hành trang đi chùa.
Ông già vào núi đề thơ,
Trai tơ đình đám, gái tơ hội hè.
Trường An nẩy quế đan trì,
Nhà vua xuống chiếu mở kỳ ân khoa.
Truyền rằng sĩ tử gần xa,
Thu đèn sách lại để mà tiến kinh.
Thi Hương, thi Hội, thi Đình,
Thơm danh kim bảng, thỏa tình vũ môn.
Một ngày nghe tỏ chiếu son,
Thái Ông vội vã giục con đăng trình.
Ngậm ngùi một nỗi Thái Sinh,
Thiếu niên ai chẳng nặng tình thê nhi?
Má đào không thuốc mà mê,
Lửa hương hai tháng bỏ đi sao đành.
Ngũ Nương hay rõ sự tình,
Nửa đêm vấn lại tóc xanh khuyên chồng.
Làm trai ở chí tang bồng,
Đền ơn cha mẹ, phu công học hành.

Bây giờ gặp bước khoa danh,
Trời cho cơ hội đầu xanh bảng vàng.
Nhờ chồng thiếp cũng vẻ vang,
Võng anh đi trước, võng nàng theo sau.
Cớ chi đắm mận, say đào,
Trượng phu giam mãi thân vào buồng hương.
Hãy xin kíp kíp lên đường,
Tài chàng ắt hẳn không nhường một ai.
Ví như chàng chẳng chịu lời,
Tội này thiếp gánh trọn đời sao xong.
Thái Sinh ý chẳng đẹp lòng,
Đưa tay gỡ rối lại vòng tóc xanh.
Ngũ Nương châu lệ hai hàng,
Vai non thổn thức, ướt tràn cánh tay:
- Ngũ Nương ơi! Rõ đắng cay!
Thuốc bùa chi để chồng mày say mê?
Để chồng quấn quít buồng khuê,
Để cho thiên hạ, kẻ chê, người cười.
Tàn đi nhan sắc cho rồi,
Vướng chân chồng, sống ở đời làm chi?
Mai ngày thiên hạ vinh quy,
Biển cờ rợp ngõ, ngựa xe đầy đường.
Ông Nghè toàn những người dưng,
Học trò Đức Khổng còn đương ngủ ngày.
Tưởng rằng cá nước rồng mây,
Ngờ đâu thiếp đến nỗi này hỡi ơi!

Thái Sinh nghe bấy nhiêu lời,
Mười phần mới quyết cả mười phần đi:
- Thôi đừng than khóc làm chi,
Rồi xem anh sẽ vinh quy như người,
Ngặt vì đường sá xa xôi,
Tiền lưng gạo bị cậy ai bây giờ?
Nhà ta thanh bạch từ xưa,
Rách lành đắp đổi, muối dưa lần hồi,

Lấy đâu bạc nén tiền rời
Vậy nên anh mới chịu ngồi bó tay.

Ngũ Nương nhỏ nhẹ thưa ngay:
- Ý anh đã quyết, việc này em lo.
Của riêng còn mảnh vườn hoa,
Xin đem đoạn mại ắt là phải xong.
Xin anh đừng lấy làm lòng,
Của chung: của vợ, của chồng, của ai?
Mong sao chàng được thành tài
Mẹ cha em hẳn ngậm cười cõi tiên.

Thái Sinh cảm nghĩa vợ hiền.
Cầm tay chàng mới thốt nên một lời:
- Chứng minh có đất có trời,
Cho anh đỗ để đền bồi công em.
Chuyến này đầu bảng khôi nguyên,
Giàu sang bỏ lúc nghèo hèn có nhau.

Thưa rằng:
- Nghĩa trọng tình sâu,
Vợ chồng ai dám mong đâu đền bồi.
Mai kia thật có như lời,
Phúc nhà, và cũng phúc trời cho anh.
Đền ơn đôi đức sanh thành
Mười năm đèn sách công trình biết bao.
Phấn vua tô đến má đào,
Thơm lây được có phần nào là may.

Vừng hồng vừa rạng ngày mai,
Ngũ Nương trình lại với hai ông bà,
Xin cho mình được về nhà,
Để lo liệu bán vườn hoa cho chồng.
Ông bà nghe nói mủi lòng,
Rằng:
- Con hiếu thảo thật không ai bì.
Đầu xanh nào nghiệp duyên gì,
Ai xui con lấy làm chi chồng nghèo?

Thưa rằng:
- Cha mẹ quá yêu,
Lòng con sợ hãi bao nhiêu cho vừa.
Lẻ loi chút phận trẻ thơ,
Trăm thương ngàn mến cũng nhờ mẹ cha.
Vả chăng của cũng của nhà
Ra gì một mảnh vườn hoa tồi tàn.
Con về vườn tược thành hoang,
Có không chăm được, sao bằng bán đi,
Thêm vào lộ phí một ly,
Cho chồng con kịp khoa thi mai ngày.

Ông rằng:
- Thực có là may
Ý con hợp với lòng thầy đang lo.

Thưa rằng:
- Thầy mẹ ưng cho
Con xin về gấp để thu xếp dần.

Bà rằng:
- Phúc đức vô ngần,
Dâu tôi thực đã mười phần đảm đang.
Thôi con tùy tiện mà làm,
Sao cho ổn thỏa mọi đàng thì thôi.
Mẹ cha giờ đã già rồi
Lòng con hiếu thảo ắt trời đền công.

7. Đến giờ lên ngựa phân ly

Ba ngày thu xếp vừa xong,
Ngũ Nương sắm sửa cho chồng đi thi.
Tiểu đồng một đứa thuê đi,
Áo tơ đủ bộ ngựa kỳ một đôi.
Bút nghiên lều chiếu hẳn hoi,
Bạc thoi chẳng thiếu tiền rời có dư.

Tỳ Bà Ký - các bản Việt Ngữ

Quá quan xin đủ giấy tờ,
Chọn ngày tháng tốt đợi giờ lên yên.
Nàng còn sửa lễ gia tiên,
Cầu cho chàng được bình yên dọc đường.
Lại làm một lễ tứ phương
Cầu cho chàng được vào trường hanh thông.
Cho chàng tên chiếm bảng rồng,
Xem hoa chạy ngựa, thỏa lòng nam nhi.

Đến giờ lên ngựa phân ly,
Cả nhà tiễn Thái Sinh đi bàng hoàng.
Ông nhà khuyên nhủ bảo ban,
Đưa con ba bốn dặm đàng mới lui.
Thái Sinh lòng trẻ bồi hồi,
Cầm tay vợ chẳng nỡ rời mà than:
- Từ đây cách trở quan san,
Còn đâu người ngọc trăng vàng đêm đêm.
Buồn đơn, bóng chiếc mình em,
Mẹ cha tóc bạc càng thêm chạnh lòng.

Ngũ Nương chua xót não nùng,
Gượng lau nước mắt cho chồng yên tâm:
- Thưa rằng vàng đá một thân,
Em xin thề có quỷ thần hai vai
Thần hôn chẳng dám đơn sai,
Buồng trong há để dặm ngoài băn khoăn.
Thiếp tôi rau tảo rau tần,
Màn the chẳng để gió xuân lọt vào
Chàng đi dặm ngút đèo cao,
Thân ngàn vàng phải giữ sao cho toàn.
Mong chàng hai chữ bình an,
Chúc chàng hai chữ bảng vàng đầu xanh.
Cha già, mẹ yếu, vợ lành,
Chàng ơi chóng chóng khoa danh mà về.
Xin đừng ong bướm si mê,
Kẻo mà bóng liễu bên đê nó dài.

Kinh đô cát bụi mù trời,
Người đi chớ để lạc loài vó câu.

Nhìn nhau rồi lại nhìn nhau,
Gió bay tà áo loạn màu thiên thanh.
Khôn ngăn vó ngựa lâm hành
Dù muôn tơ liễu buông mành lê thê.
Người đi không bỏ người về,
Thương ơi! Gỗ đá biệt ly cũng buồn,
Nữa là hai vợ chồng son,
Mới hai tháng chẵn chung giường hợp hoan.
Bỗng mà rẽ phượng chia loan,
Buồng sâu vò võ dặm ngàn lẻ loi.
Rừng thưa bóng ngựa khuất rồi,
Từ nay hẳn có hai người nhớ nhau.

8. Một lòng chín nhớ mười thương

Tớ thầy dong ruổi vó câu,
Hai bên dặm khách một màu xuân tươi.
Núi xa nổi bật da trời,
Sông gần uốn khúc nằm phơi lụa vàng.
Gieo thoi cánh én bên ngàn,
Nương dâu thấp thoáng đôi nàng gái tơ.
Đoản trường đình dựng mau thưa
Liễu nghiêng cành yến như chờ tay vin.
Hoa rơi nước chảy theo miền,
Buồn chăng hỡi kẻ ngang thuyền với hoa.
Ngày đi đêm nghỉ dần dà.
Sương mai lác đác nắng tà chênh vênh.
Ngậm ngùi lòng kẻ thư sinh,
Nhớ cha, nhớ mẹ, nhớ tình gối chăn.
Vắt ngang mây trắng non Tần,
Ngẩn ngơ đầu ngựa mây lần ải quan,
Cỏ bồng như tóc chàng Phan,
Canh khuya quán trọ trăng vàng lẻ loi.

Đâu còn lược kép gương đôi,
Đâu còn cạnh cánh tay người vợ ngoan?
Và còn đâu nữa tiếng đàn,
Vì đâu con phượng con hoàng xa nhau?
Sáu mươi ngày đã bao lâu,
Sáu mươi ngày đã vơi đâu ái tình?
Vì đâu cho bóng lạc hình,
Cái khoa danh khéo cợt mình lắm thay.

Thiều quang chầm chậm vơi đầy,
Ngày lâu như tháng, ngày chày như năm,
Tiếng đàn để vắng tri âm,
Buồng hương để lạnh chiếu nằm cho ai,
Áo hoa chẳng nở sân Lai,
Cửa thưa đậm bóng hai người tóc sương.
Một lòng chín nhớ mười thương,
Cầu cao gió đón dặm trường mưa theo,
Vợ son, con một, nhà nghèo,
Ra đi ai chẳng ít nhiều xót xa.
Mai rồi chạy ngựa xem hoa,
Phấn vua lộc nước ấy là duyên may.
Bằng không tên chiếm bảng ngoài,
Uổng công học vấn thẹn đời bút nghiên.
Mười năm tốn sách hao đèn,
Mỉa mai chúng bạn ưu phiền vợ con.
Nghĩ càng bối rối lòng đơn,
Một thầy một tớ lối sờn tịch liêu.
Này đây quán chợ về chiều,
Trại nghiêng dáng khói thành xiêu bóng cờ.
Này đây bến đợi sông chờ,
Lao đao trong gió mấy bờ hoa lau.
Này đây truông dặm đèo cao,
O o vượn khóc rào rào chim bay.
Này đây quán nước lòng mây,
Ông già hái thuốc rượu say quên về.

Này đây tửu điếm bên đê,
Đôi con ngựa ốm dong xe chở hàng.
Này đây rải rác xóm làng,
Tiếng nhanh dệt lụa, giọng vàng ru con.
Này đây phường phố bán buôn,
Cát bu vó ngựa, bụi dồn bánh xe.
Hết thành thị đến thôn quê,
Cứ cho đầu ngựa quay về Trường An
Tớ thầy vò võ chinh an,
Kể chi những nỗi gian nan dọc đường.

Thương tình nàng Triệu Ngũ Nương,
Giận không phá được cánh rừng trước kia.
Cánh rừng đã mọc phân ly,
Cánh rừng che mất người đi của nàng,
Gió xuân như gió khổ hàn,
Chao ôi! Lá liễu cũng vàng tiết thu.
Gió bay đầu tóc rối bù,
Nắng phai bóng đá vọng phu nhạt dần.
Quay về dạ vẫn bâng khuâng,
Quay về hồn vẫn theo gần dặm xa.
Phòng hương đêm ấy trăng tà,
Nàng còn thao thức để mà nhớ nhung.
Rõ ràng chăn vải gối bông,
Màn the chiếu cói nhưng chồng đã xa.
Nhụy hồng khắc khoải lòng hoa,
Bỗng dưng hai cánh tay mà lẻ loi!
Mộng về bươm bướm bay đôi,
Mộng đi bươm bướm bay rồi còn đâu?
Há xui chàng mịch phong hầu,
Tài trai ai thoát khỏi cầu công danh.
Nhớ thương cho mấy cũng đành,
Nặng ai khoa giáp nhẹ mình phu thê,
Cơm gạo hẩm, củi phên tre,
Chuyện xưa còn đó riêng gì mình ta?

Phương chi còn mẹ còn cha,
Con chưa danh phận, lòng già khó nguôi.
Giờ đây chàng đã vắng rồi,
Dám chăm thương nhớ để lười thần hôn.

9. Đêm nay lại nhớ đêm nào

Một mình chiều sớm ban hôm,
Ra tay gánh vác giang sơn nhà chồng.
Khi ấp lạnh, khi quạt nồng,
Một thân hiếu thảo, vui lòng hai thân.
Thắt lưng buộc bụng chuyên cần,
Trưa còn trèo núi, sáng ăn cơm đèn.
Hạt mưa bao quản phận hèn,
Lòng son chẳng bận chê khen miệng đời.
Lời oanh nhẹ nét xuân tươi,
Rách lành xiêm áo ngọt bùi cơm canh.
Chong đèn dệt lụa cho nhanh,
Một con thoi suốt ba canh đi về.
Kể từ một biệt trên đê,
Bốn bên hàng xóm thôi nghe tiếng đàn.
Tri âm đã vắng tai chàng
Nhện giăng dây đứt bụi hàn phím long.
Gái trinh chỉ biết một chồng,
Vắng chàng điểm phấn trang hồng với ai?
Điểm trang cho lắm cũng hoài,
Tổ cho ong bướm ngõ ngoài vo ve.
Liễu bồ nhớ dập thương che,
Cỏ thơm đã rụng hoa lê trắng ngần.
Hỡi ơi! Kẻ Việt người Tần,
Trông ra chỉ thấy mấy lần non xanh.
Về chiều mây trắng bay nhanh,
Chuông chùa triêu mộ, trống thành thu không.
Từ lâu giam cấm nỗi lòng,
Đêm nay cho thiếp nhớ chồng một phen.

Lâm râm dế cỏ sâu thềm,
Bóng trăng xanh biếc hoa đèn đỏ tươi.
Nhớ xưa này ghế chàng ngồi,
Chàng vê bút thỏ, thiếp mài nghiên trăng.
Rồng bay, phượng múa nào bằng,
Tiếng ngâm cao điệu mạch văn xuôi dòng.
Tay gầy khép mở cánh song,
Lược trôi hai suối gương lồng một tranh.
Cung đàn tiếng trọc tiếng thanh,
Dây văn dây vũ, điệu bình điệu cao.
Đêm nay lại nhớ đêm nào
Chồng tôi xa vắng gió vào chi đây?
Đêm nào để đến đêm nay
Nằm với trăng xế nhớ đầy gối nghiêng.
Nét xuân còn để y nguyên,
Buồng xuân còn thoảng hương nguyền thanh tân.
Gái xuân đem lại mùa xuân,
Nõn như hai cánh tay trần thì thôi.
Đêm nay mộng cả hai người,
Ngổn ngang hình ngọc lả lơi ý vàng
Đêm giờ tình thiếp ngổn ngang,
Cửa thiên thai ngỏ nhưng chàng đã xa.
Tương tư cho hết canh gà,
Nằm gan lại sợ việc nhà ai coi,
Rào thương lấp nhớ cho rồi,
Cha già mẹ yếu dám rời đạo con.
Nhớ chi xuân hết hay còn
Ngày hao gió tỉa đêm mòn mưa pha.

10. Thang mây đều bước công danh

Thái Sinh dong ruổi đường xa,
Vời trông trước mắt đã là Trường An,
Tưng bừng phố dọc đường ngang,
Cung son rực rỡ điện vàng nguy nga

Chật đường sĩ tử gần xa,
Mưa xuân đã héo hoa trà mới tươi.
Tớ thầy tìm chốn nghỉ ngơi
Sáng sau chải chuốt ra chơi phố phường
Kinh đô gái đẹp dị thường,
Hoa thua màu thắm liễu nhường vẻ thanh
Vàng đeo ngọc giắt đầy mình,
Lụa điều sắc sáng, gấm xanh da trời.
Khi không cũng đắm được người,
Mắt đưa gươm bén miệng cười dao tâu[1].
Thái Sinh dạo gót hồi lâu,
Không ai cắt cứa mà đau đớn lòng.
Phồn hoa trăm tía nghìn hồng,
Phút giây quên kẻ phòng không đợi chờ.
Guồng đời rối rít lòng tơ,
Nước men tráng lệ phai mờ thủy chung.
Thi Hương thi Hội vừa xong,
Thái Sinh thực đã thỏa lòng nam nhi.
Tên treo đầu bảng hai kỳ,
Tiếng tăm nổi dậy bốn bề đất kinh.
Tuần sau nhập điện thi Đình,
Tài cao học rộng phúc lành duyên may.
Dày thêm chữ tốt văn hay,
Chín lần lên chấm năm mây xuống bài.
Truyền loa kéo bảng cửa ngoài,
Trạng Nguyên là Thái Bá Giai ấp Trần.
Bỗng mà rực rỡ phong vân,
Thái Sinh còn ngỡ mình nằm chiêm bao.

Vua ban dạ yến lầu cao,
Mũ hoa giải tía áo bào đai xanh
Trường An mưa thuận gió lành
Vua cho chạy ngựa Cấm Thành xem hoa.

---

1 Dao tâu: loại dao bén, dùng chặt cây, dọn rừng, thường gọi là dao tu.

Ngắm mình rạng vẻ tân khoa,
Cao vời lộc nước sáng lòa ơn vua.
Khi xưa áo vải anh đồ,
Ngựa hoa áo gấm bây giờ quan sang.
Trong triều khuyết chức Nghị Lang,
Vua liền chiếu xuống lúc chàng tại kinh.

Thang mây đều bước công danh,
Mảng vui thành thị nhẹ tình gia hương.
Đua đòi kiểu cách quan trường,
Chọn nơi luồn cúi tìm đường giao du.
Mâm đào lý, chén tạc thù,
Đăng sơn buổi sớm dạ du canh trường.
Bén mùi liễu ngõ hoa tường,
Hà Mô lăng hạ, Tầm Dương giang đầu.
Chưa sang giàu đã sang giàu,
Tuyệt nhiên quan Trạng hết sầu hết thương.
Nhớ gì hai mái tóc sương,
Tao khang một chút phấn hương quê mùa.
Những ai ngày tưởng đêm mơ,
Lên lầu tựa cửa đợi chờ những ai?
Lòng người chóng đã đơn sai,
Má tơ ứa lệ, cửa sài bóng nghiêng.

11. Trai tài gái sắc vừa đôi

Trăng già sao khéo vô duyên,
Chân con nhạn lẻ buộc thêm chỉ điều

Có quan Thừa Tướng họ Ngưu,
Quyền cao chức trọng đầu triều vẻ vang.
Thái Sư bậc nhất giàu sang,
Hiếm hoi duy được một nàng gái tơ.
Đặt tên là Ngọc Tiểu Thơ,
Ngọc còn đợi giá mối chờ tường đông.
Thái Sư lòng vẫn nhủ lòng,
Phi tài Thám, Bảng đừng hòng xe duyên.
Khoa này lại có Trạng Nguyên,
Thái Sư chắc dạ:
- Rể hiền là đây

Truyền cho sắm sửa chọn ngày,
Nem công chả phượng đặt bày yến diên.
Thiếp sang mời Thái Trạng Nguyên,
Thiếp vừa nhận được, Trạng liền đi ngay.
Thâm nghiêm cổng chắc tường dày,
Vươn thân trúc thẳng, giương mày liễu cong.
Lầu đãi nguyệt, gác nghinh phong,
Đá mờ rêu biếc hồ trong mây đào.
Hạc vàng cất tiếng xôn xao,
Bâng khuâng Trạng ngỡ lạc vào Thiên Thai.
Thái sư đón khách cửa ngoài,
Cùng nhau nhẹ bước lên đài chu sa.
Xuân tàn rồi, hết mùa hoa,
Chín mươi chín thống[1] cẩm trà còn tươi.
Thái Sư nhìn khách cả cười
Bấy lâu mới tỏ mặt người văn nhân,
Gọi là đôi chén tẩy trần,
Muốn cùng quan Trạng kết thân lâu dài.
Sinh rằng:
- Ngài dạy quá lời,
Dám đâu đũa mốc mà chòi mâm son
Người tiện chức, kẻ quyền môn,
Bao dung cho được vuông tròn là may

---

1   Thống: ché, khạp có bụng to, miệng và đáy nhỏ.

Rằng:
- Sao Trạng nhún mình thay,
Bây giờ chức nhỏ mai ngày quan cao,
Ơn vua có hẹp ai nào,
Đôi ta một trước một sau đó mà.
Ngày nay quan Trạng tân khoa
Đừng nên câu chấp mới là tình thân.

Nghe lời Thừa Tướng ân cần,
Thái Sinh lòng mới mười phần ung dung.
Bóng dương đã tắt lửa hồng,
Đài son này bóng chiều phong bốn bề.
Chuông chùa ràn rạn xa nghe,
Đình nghinh tân, chủ khách về song song,
Trong ngoài sáp tỏ đèn chong,
Cột cao kết lá mai vồng treo hoa
Mâm son đũa ngọc chén ngà,
Dinh quan Thừa Tướng quả là thần tiên,
Kẻ hầu, đầy tớ, uy nghiêm,
Sinh ca nhã nhạc nổi lên từng hồi.
Chia ngôi chủ khách cùng ngồi,
Rượu dâng mùi quế trầm khơi màu huyền.
Bắt vào câu chuyện hàn huyên,
Văn chương khách nói, uy quyền chủ khoe.
Người nghiên bút, kẻ ngựa xe,
Mọi lời mọi đẹp, mọi bề mọi hay.
Ba tuần so rượu nửa say,
Thái Sư ý mới giãi bày chuyện riêng:
- Từ ngày nội tướng quy tiên
Thực không biết chữ tục huyền ra sao.
Trời cho một gái má đào,
Tiện đây để gọi ra chào Trạng Nguyên.

Thị tỳ cúi dạ lời truyền,
Thoắt thôi đã thấy thuyền quyên bước vào,
Nghiêng đầu nàng mỉm miệng chào,
Thái Sinh đáp lễ lòng xao xuyến lòng.

Người đâu phấn ngát son nồng,
Lụa tơ uyển chuyển luyến vòng huy sinh.
Chao ôi! Đôi mắt đa tình,
Cái môi mọng mọng, cái mình thon thon.
Rượu nồng, dê béo, gái non,
Trạng quên hết cả, Trạng còn nhớ chi.
Xem tình khứ nhãn lai my
Thái Sư biết đích Trạng si mất rồi.
Truyền con rót chén rượu mời:
Chúc người chức trọng, chúc người quan cao.
Tay tiên rót chén rượu đào,
Đổ đi thì tiếc uống vào thì say.
Phòng hoa đã trổ gót hài,
Tiệc hoa đã có một người bạc đen.
Chủ rằng:
- Đây chút thuyền quyên,
Ý ta muốn để kết duyên cùng người,
Trai tài gái sắc vừa đôi,
Nên chăng Trạng ngỏ một lời cho hay!

Thái Sinh lòng dạ ngất ngây,
Phần mê son phấn, phần say sang giàu.
Phần lo Thừa Tướng quyền cao.
Từ hôn rồi biết thế nào mai đây.
Hay hèn người nắm trong tay,
Giấy ra khôn nhẽ mà bay đường nào?
Vả chăng một bước sang giàu,
Dễ xin mà được, dễ cầu mà xong,
Thế là cha mẹ hết mong,
Thế là tình nghĩa vợ chồng ra tro.
Thái Sinh làm bộ thẹn thò,
Thưa rằng:
- Lòng trẻ dám ngờ duyên may.
Lượng trên hạ cố thân này?
Tình sâu nghĩa nặng ơn dày xiết bao.

Hồ tù được tắm trăng cao,
Ba sinh biết trả thế nào cho xong!

12. Chọn ngày làm lễ thành thân

Thái Sư thấy Trạng bằng lòng,
Mừng thầm công việc đã xong mười phần.
Chọn ngày làm lễ thành thân,
Để cho hai đứa thanh xuân động phòng.

Chín cây bạch lạp tỏa hồng,
Trầm hương chín chiếc lư đồng khói xanh.
Hoa tươi chín chiếc ngân bình,
Khép xong lục trúc buông mành lưu ly.
Hầu trong chín ả nữ tỳ,
Chín nghiêng đặt lược, chín quỳ dâng gương.
Lệnh truyền đệm trải màn buông,
Xong rồi chín ả tìm đường lui đi.

Ngọc Nương môi mọng yên chi,
Áo xiêm tuần tự biệt ly thân ngà.

Cổ tay nõn tháo vòng ra,
Rút trâm tóc xổ màu da thêm hồng.
Đường cong, ôi! Những đường cong
Đến đong đưa, đến não nùng, đến hay,
Cao cao thôi lại dày dày,
Trắng trong màu tuyết tròn đầy gương nga.
Thái Sinh rộn rực tình hoa,
Ôi! Con bướm dại lân la nhụy đào.
Hoa xuân đêm mới nghẹn ngào,
Người đen bạc lại đắm vào phấn son.
Cành tơ nõn, búp xuân tròn,
Mày cong nét liễu, môi thon hình thuyền.
Khó khăn cũng thể lên tiên,
Xót xa cũng thể thuyền quyên gặp chồng.
Lụa đào xé lẻ hư không.
Cái son mất mát cái hồng ngổn ngang.
Chúa xuân sao nỡ vội vàng,
Tình xuân gắn chặt cánh màn lan tiêu.
Chán chường gối lệch chăn xiêu,
Tay non rời rã, nét kiều châu chan.
Sáp chong vẫn tỏ hồng nhan,
Trầm hương vẫn tỏ từng làn khói xanh.
Ngọc Nương thỏ thẻ lời oanh,
Trong câu e ấp có tình lả lơi,
Rằng:
- Xin hỏi thật một lời,
Lọt trong hai cánh tay người đã ai?
Khỏi sao trăng gió tình trai,
Thiếu chi thiên hạ hoa nhài áo xanh.

Nghe câu hỏi bất thình lình,
Thái Sinh chợt nhớ đến tình tao khang.
Đêm nao mềm đá chảy vàng,
Đêm nao thánh thót cung đàn đuốc hoa,
Đêm nao ấp ngọc ôm ngà,
Đêm nao như thế, thế mà đêm nay.

Xa nhau nào đã bao ngày,
Đã phai mờ đã đổi thay không ngờ.
Khi xưa gánh nặng ai chờ,
Qua cầu ai đợi bây giờ quên nhau.
Áo ai may chửa nhạt màu,
Liễu ai bẻ tặng bên cầu còn tươi.
Đã quên sao, đã phụ rồi,
Cánh tay đêm ấy cho người đêm nay.
Nhưng thôi giờ đến nước này,
Nhớ chi câu chuyện những ngày đã qua.
Im đi sự cửa sự nhà,
Liệu lời bướm nói cho hoa vừa lòng:
- Học trò Đổng Tử, Ôn Công
Biết đâu câu chuyện vợ chồng ra sao,
Mà toan ướm mận thử đào,
Lưu Lang thực quả chưa vào Thiên Thai.
Ngọc chưa giũa, đá chưa mài,
Nàng ơi! Trai vẫn là trai nguyên lành.

Nàng rằng:
- Đừng nói dối quanh,
Chắc là chàng đã gửi tình cùng ai.
Cứ lòng thiếp đoán không sai,
Cố hương hẳn đã có người tử sinh.

Tân lang có tật giật mình,
Vội vàng bưng kín miệng bình cho yên:
- Lòng trời tác hợp cho nên,
Xe tơ chóng vánh kết duyên lâu dài,
Song song gái sắc trai tài,
Ngờ nhau chi thế cho hoài đêm xuân.
Chưa hề quen một giai nhân,
Chưa hề chăn gối tay trần của ai.

Đêm xuân ai bảo là dài,
Đã lùn bóng sáp, đã phai hương trầm

Má hồng là đá nam châm,
Tu mi là sắt để nằm cạnh nhau.
Bình cam lộ, ánh lưu cầu,
Trộn chung hai suối, một màu mây xanh.
Não người những nét đồng trinh
Thân tơ lả lả, lửa tình xiêu xiêu.
Dâng lên như nước thủy triều,
Hoa nuông ý bướm, bướm chiều tình hoa.
Sáp không ai nổi nữa mà
Động phòng bỗng chốc chan hòa bóng đêm.
Tiếng xô chăn gối êm đềm
Nhỏ to hơi ngắn, giọng mềm lả lơi.

13. Đổi thay chớp mắt tình đời

Vợ chồng như đũa có đôi,
Hai con người ấy không rời nhau xa.
Ban ngày uống rượu xem hoa,
Đêm đêm chong sáp để mà gối chăn.
Thái Sư kén được văn nhân,
Bắt chàng ở rể cho gần cha con.
Nuông chiều hai vợ chồng son,
Thái Sinh thực đã vuông tròn giàu sang.
Đi lên ngọc, giẫm lên vàng,
Mặc toàn gấm vóc, ăn toàn cao lương.
Xé trăm vuông lụa khi buồn.
Đóng mười cỗ ngựa chật đường khi đi.
Quả tươi mong vãi biên thùy,
Soi gương nước giếng, vẽ my tay chàng.

Thái Sinh từ được giàu sang,
Đã quên mây núi Thái Hàng vẫn bay
Đã quên người vợ thơ ngây
Một thân tấm cám từ ngày hàn vi.

Quên rồi chứ nhớ làm chi,
Người ta quan Trạng thiếu gì giai nhân.
Thiếu gì ngọc chuốt vàng dâng
Nơi quyền quí, cái phong vân thiếu gì.
Quên rồi chứ nhớ làm chi,
Người ta quan Trạng thiết gì cố nhân.
Gái quê nghèo khó ngu đần,
Gái quê sửa túi nâng khăn vụng về.
Chẳng thương thì mấy chẳng chê,
Tham vàng bỏ ngãi ra gì ai ơi!
Đổi thay chớp mắt tình đời,
Rượu làm đỏ mặt vàng xui đen lòng.
Thời gian đi nhẹ như không,
Mà tàn nhạt hết sắc hồng màu xanh.
Tháng ngày lần lữa bay nhanh,
Lòng ai đã bạc hết tình chồng con.
Có như nước chảy đá mòn,
Chỉ còn vui đấy chẳng còn thương đây.
Vừng trăng khi khuyết khi đầy,
Lòng người cứ mỗi một ngày một vơi.
Quên cho đến hết thì thôi,
Những người xa ấy là người đã xa.
Nào cha mẹ, nào cửa nhà,
Người thục nữ, tiếng tỳ bà, trôi xuôi.
Nói lời rồi lại ăn lời,
Người như cóc chẳng bôi vôi chẳng về.
Bạc đen đã vẹn mọi bề,
Thương gì mùa hạ tiếc gì mùa xuân.
Ngọc Nương hỏi đến song thân,
Thản nhiên Sinh đáp:
- Từ trần đã lâu.

Chao ôi! Chữ hiếu là đầu,
Bạc ra cửa miệng tội cao bằng trời.
Người mà đến thế thì thôi,
Đời phồn hoa cũng là đời bỏ đi.

Đã qua đường ấy quên xe,
Đã qua bến ấy nhớ gì đến sông.

14. Tảo tần thương một thân đơn

Ngũ Nương vẫn nhớ thương chồng.
Thờ hai thân vẫn một lòng dâu con.
Hỡi ơi! Đôi mắt đã mòn,
Nhớ ai bằng gái còn son nhớ chồng?
Rộn ràng buổi chợ đương đông
Cỏ huyên chẳng có hoa hồng cứ bay.
Xuân thu đắp đổi từng ngày,
Kể từ xa cách đã đầy nửa năm.
Tin chồng vẫn bặt hơi tăm,
Ngày trông nhạn vắng đêm nằm bướm bay.
Buồn lòng lại sợ cho ai,
Biết đâu may rủi đường dài ra sao.
Trường An ở mãi nơi nào,
Để cho cha mẹ ra vào băn khoăn.
Để cho thơ dại một thân,
Trăng non liễu yếu thêm phần đắng cay.
Tiếc không có cánh mà bay,
Tìm chàng góc bể chân mây cũng là.
Ra đi? Thân gái đường xa,
Sớm hôm cha mẹ cửa nhà cậy ai?
Đành thôi nay lại chờ mai,
Đành thôi thở ngắn than dài đêm thâu.
Hay là chàng đã quên nhau,
Bỏ nơi áo vải mà cầu cao sang.
Lẽ đâu chàng nỡ phụ phàng,
Còn cha mẹ đó còn làng nước đây.
Dù cho bỏ một thân này,
Bỏ quê hương, bỏ mẹ thầy hay sao!

Nhưng mà học rộng tài cao,
Nghĩ như người ấy lẽ nào bạc đen.
Mười năm theo đạo thánh hiền,
Một ngày dễ đã dám quên cương thường.
Hay là tai nạn dọc đường,
Tớ thầy lưu lạc về phương trời nào.
Hay là vực thẳm đèo cao
Hay nơi trường ốc làm sao mất rồi?
Hay là chàng đã... nhưng thôi.
Lạy trời phò hộ chồng tôi tốt lành.
Chàng ơi! Có thấu cho tình,
Trăm nghìn lo nghĩ một mình thân em.
Bóng trăng thu rải đầy thềm
Bởi lo cha mẹ nên thêm nhớ chàng.
Tường xiêu treo mãi thân đàn,
Bốn dây thương nhớ một bàn tay hoa.
Chờ mong như suốt đêm qua,
Chàng ơi! Một tháng là ba mươi ngày.
Lần lần lá rụng rồi đây
Tơ đàn rã rượi, cho tay lỗi đàn.
Tiếng đâu dào dạt rộn ràng,
Ngựa ai, ai cưỡi qua ngàn lá khô?
Tiếng đâu xao động xô bồ,
Xe ai, ai đẩy ngang bờ dâu xanh?
Buồng hương bóng bóng hình hình,
Gió hiu hiu hắt qua mành mành hoa,
Người về chỉ những người ta,
Gió mơ hồ gọi đường xa quên về,
Nay rồi mai lại ngày kia,
Nhớ mong chờ đợi đến khi... hỡi chàng?

Suốt trời đổ nắng chang chang,
Nắng khô sông rộng, nắng vàng rừng thưa.
Trời làm mấy tháng không mưa,
Bao nhiêu đồng đất nẻ khô như sành,

Mùa màng mất sạch sành sanh,
Dân gian lo sợ mà đành bó tay,
Người sang Bắc, kẻ về Tây,
Vợ con phiêu bạt, tớ thầy biệt ly,
Bỏ nhà, bỏ cửa kéo đi,
Đò ngang vắng khách, chợ thì hết đông.
Túng vô độ, đói vô cùng,
Người ta đã biết cơm sung, cháo dền.
Ngũ Nương mới thực lo phiền,
Nhà nghèo lại gặp truân chuyên thế này,
Bao nhiêu của cải riêng tây,
Nàng đem bán rẻ từng ngày ăn đong,
Gắng cho cha mẹ yên lòng,
Đường xa vẫn chẳng thấy chồng về cho.
Thất thường bữa đói bữa no,
Hôm nay đã vậy lại lo mai ngày.
Nàng thì vóc liễu thêm gầy,
Mẹ cha lại mấy bữa rày không cơm,
Tảo tần thương một thân đơn,
Ngọn rau lá cỏ qua cơn đói lòng.

Thiên tai cơ cận khắp vùng,
Trời cao thăm thẳm, đầy đồng nắng hoe.
Triều đình xót nỗi dân quê,
Lấy lương Hà Nội chở về Hà Đông.
Huyện quan thông sức khắp vùng,
Đúng ngày ai nấy phải cùng lên nha.
Ít nhiều chi nữa cũng là,
Cái tin phát chẩn đồn xa đồn gần.
Nghe tin có phát chẩn bần,
Ngũ Nương chẳng quản đường gần hay xa.
Canh năm vừa rạng tiếng gà,
Lẻ loi thân gái bước ra ngại ngùng.
Trên trời sao hãy còn đông,
Cỏ mòn một lối đồng không bốn bề.

Cơ hàn lạnh tái lạnh tê,
Sương thu xuống gió thu về bồng bênh.
Rừng gần cây mất màu xanh,
Đỉnh non trông thấy, trống thành nghe xa,
Nửa ngày vừa tới huyện nha,
Đông như kiến những người ta ngạt ngào.
Một tuồng rách rưới in nhau,
Một tuồng mặt võ, mình sầu hom hem.
Bà bồng cháu, chị dắt em,
Con thơ lạc mẹ, người chen với người
Tiếng than tiếng khóc bời bời,
Ngồi trên có đến ông trời cũng đau.
Đến giờ nổi hiệu trống chầu
Người ta cứ giẫm lên nhau mà vào!
Ngọn roi vun vút mưa dào,
Tiếng van lại tiếng kêu gào điếc tai.
Ngũ Nương vóc liễu mình mai,
Đổi hai mắt lệ lấy vài đấu lương.
Chàng đi hoa nở đầy đường,
Cơ hàn biết thiếp đoạn trường này chăng?
Về thôi xay, giã, giần, sàng,
Vội vàng vo gạo, vội vàng thổi cơm,
Ngọt bùi lưng thảo, lưng thơm,
Mẹ cha chắc dạ là con vui lòng.
Con mà nhịn đói cũng xong,
Mẹ cha nhịn đói lòng không sao đành.
Dối rằng đã có phần mình,
Bao nhiêu cơm gạo riêng dành hai thân.
Còn mình nấu cám mà ăn,
Miễn sao sống được qua lần thì thôi.
Cám không phải của ngọt bùi,
Người không là lợn nuốt trôi sao đành,
Khi xưa bác mẹ hiền lành,
Mà nay cay đắng riêng mình mới oan.

Thương thân thêm nỗi nhớ chàng,
Lòng đau chín khúc, lệ tràn đôi mi.
Người đi bẵn bặt không về,
Dãi dầu đôi đức, ê chề một thân,
Nghẹn ngào vừa khóc vừa ăn,
Ông bà nhẹ bước lại gần mới hay
- Trời ơi! Sao đến nỗi này!
Cám kia ai bắt tội mày! Con ơi!
Chồng con nó bỏ con rồi,
Mẹ cha làm khổ một đời con đây.
Trai ơi! Mày phụ vợ mày,
Mày đi mất mặt không quay đầu về,
Quên tình phụ tử, phu thê,
Vô nhân bạc nghĩa chết đi cho rồi.
Con đi vui thú quê người,
Để dâu gánh hết nợ đời hay sao!?

Ngũ Nương tươi tỉnh má đào,
Rằng:
- Con khỏe mạnh thế nào cũng xong!
Mẹ cha đầu bạc răng long,
Có như thế mới yên lòng làm con.
Cho dù ngày tháng mai mòn,
Đình vi thúc thủy lòng con dám rời.
Xin thầy mẹ cứ yên vui,
Chồng con chắc chẳng phải người bạc đen.
Một là đường xá chưa quen,
Hai là đất khách cạn tiền đò giang,
Hoặc là tên chiếm bảng vàng,
Nhà vua giữ lại làm quan trong triều,
Mẹ thầy hiền đức bao nhiêu,
Chồng con ắt chẳng gặp điều không may.
Lòng con dám quản chua cay,
Sớm hôm hầu hạ mẹ thầy là vui.

Ông bà nghe bấy nhiêu lời,
Tạm ngăn giọt thảm, tạm vơi lòng sầu:

- Ví dù còn có kiếp sau,
Mẹ xin trở lại làm dâu cho mày.

15. Thác về đôi ngả âm dương

Đói no ngày cũng qua ngày,
Lá thu khô đã rơi đầy vườn đông.
Bệnh già kéo đến như không,
Ba ngày chạy chữa Thái Ông từ trần.
Tiền không đủ một vuông khăn,
Ngũ Nương đem ít áo quần bán đi.
Cửa nhà đang lúc hàn vi,
Miễn sao cho đủ lễ nghi gọi là.
Thêm thương một nỗi mẹ già,
Bóng dâu đầu bãi, nắng đà ngang sông.
Sớm khuya bà chỉ đau lòng,
Có con mà đám ma chồng không con.
Hay đâu gió tủi trăng hờn,
Thái Bà lâm bịnh từng cơn ly bì.
Đói no thôi có quản gì,
Ngũ Nương một dạ đình vi đã đầy.
Tiền đâu thang thuốc lúc này,
Còn lo rau cháo một ngày đôi phen.
Một thân mấy nỗi lo phiền,
Nghĩ bề nào cũng chẳng yên bề nào.
Tin người vẫn bặt âm hao,
Nhớ ra dặm cát, thương vào buồng the.
Úa mòn sắc liễu bên đê,
Ngựa vinh quy chẳng thấy về cố hương.
Tóc dài tủi lược hờn gương,
Lòng tơ biết mấy canh trường ngổn ngang.
Đợi cho áo gấm về làng,
Có khi hai chiếc lá vàng đã rơi.
Mới hay khe khắt là đời,
Đắng cay là thiếp... Chao ôi! Là chàng!

Mẹ chàng chẳng thuốc chẳng thang,
Chê cơm chán cháo lòng càng đắng cay.
Nơi nào chàng hỡi có hay,
Ngõ ngưng sương bạc, vườn bay lá vàng.

Có người viễn khách qua làng,
Tin đồn lại đến tai nàng Ngũ Nương.
Nàng về trình mẹ tỏ tường,
Rằng:
- Xin dâng mẹ tin mừng mẹ vui,
Chồng con đỗ Trạng Nguyên rồi,
Làm quan ở đấy từ hồi đăng khoa.

Thái Bà nghe nói xót xa:
- Con ơi! Đừng nói nữa mà mẹ đau.
Nó giờ thương nhớ gì đâu,
Cầm như chiếc nón qua cầu gió bay,
Mẹ giờ sống chết kể ngày,
Sâu nông cậy một thân mày thủy chung,
Sinh con ai nỡ sinh lòng,
Ngờ đâu nó cũng lộn vòng bạc đen.
Ới ông ơi! Có linh thiêng,
Đón tôi chầu chức tòa sen cho rồi!
Sống dai chỉ khổ dâu thôi.

Ngũ Nương vội vã tìm lời khuyên can:
- Mẹ đừng lo nghĩ miên man?
Cho hao mình hạc cho tàn bóng trăng.
Hẳn là trọn đạo quân thần,
Chồng con chưa nhẽ buông thân mà về.

Thái Bà khi tỉnh khi mê,
Nghe tin vui chính là nghe tin buồn,
Thương dâu, lại giận hờn con,
Ngọn đèn trước gió chẳng còn chắc chi.
Ngũ Nương khuyên giải rầm rì,
Lòng riêng cảm thấy điều gì không hay.

Tơ tình lỡ dở rồi đây,
Đam mê biết tính tự ngày nào chung.
Bây giờ xa mặt cách lòng,
Người ta tiếc lục tham hồng một phương.
Thái Bà sắp biệt cõi dương,
Gọi nàng dâu đến bên giường mà than:
- Vợ chồng kẻ Bắc người Nam,
Đầu xanh tuổi trẻ ai làm nhỡ con.
Kinh kỳ trướng phủ quyền môn,
Bạc vàng xe ngựa phấn son thiếu gì.
Sang giàu thì bỏ hàn vi,
Nó không về, nó không về nữa đâu.
Thương con mười sáu tuổi đầu,
Câu "sang đổi vợ" là câu thế thường.
Con giờ một nắng hai sương,
Mẹ đi con ở giữa đường bơ vơ,
Chọn người quân tử mà thờ,
Ôm con thuyền nát đợi chờ làm chi?

Ngũ Nương châu lệ đầm đìa:
- Chồng con dù chẳng có về cũng thôi.
Cũng đành bỏ héo xuân tươi,
Dám đâu một gái đi hai lần đò.
Mẹ còn mạnh chán chưa lo,
Ráng ăn chút ít chóng cho lại người.

Thái Bà im lặng mỉm cười,
Mà trong khoé mắt sáng ngời hạt châu.
Bà nhìn cho kỹ con dâu,
Ý bà muốn nói một câu tận tình.
Dù cho lời nói không thành,
Một nhìn cũng tỏ ngọn ngành xót thương.
Thác về đôi ngả âm dương,
Nghìn thu một sớm thiên đường là đây.
Ngũ Nương chi xiết đắng cay,
Nhà nghèo giờ biết ma chay thế nào?

Của riêng đã nhẵn như bào,
Biết tìm đâu thấy biết đào đâu ra.
Nát lòng xẻ bảy chia ba,
Nỗi mình đơn chiếc nỗi nhà tang thương.
Lấy đâu cổ ván lưng cơm,
Thoi vàng giấy nén nhang thơm phụng thờ.
Mong ai đôi mắt đã mờ,
Khóc cha khóc mẹ bây giờ ai hay.
Một mình tính đó toan đây,
Chỉ duy còn mớ tóc mây đáng tiền.
Đen như mun, óng như huyền,
Chiều dài chấm đất, chất mềm như tơ.
Cắt lòng một lưỡi dao đưa,
Than ôi! Đôi ngả tóc tơ chia lìa.
Kiếm nhà quyền quý bán đi,
Món hàng đã hiếm thiếu gì người mua.
Ít nhiều lo liệu cho vừa,
Mồ yên mả đẹp bây giờ đã xong.
Thương thay phận gái xa chồng,
Tóc xanh đã ngắn má hồng lại phai.
Đau lòng thiếp lắm chàng ơi,
Thần hôn thiếp dám đơn sai đâu mà.
Theo nhau cha mẹ về già,
Chàng đi nước thẳm non xa chẳng về.
Nỡ nào nghĩa cắt tình chia,
Nỡ nào được Sở quên Tề cho đang.
Thiếp như áo rách giày tàn,
Vinh hoa rồi đấy biết chàng tính sao?
Thương thay liễu yếu tơ đào,
Một thân mang nặng biết bao nhiêu tình.
Ma chay mồ mả đã đành,
Tìm chồng xem cái duyên mình ra sao?
Ngũ Nương cửa đóng ngõ rào,
Đem hai bảo vật tìm vào Trường An.

Bức tranh cha mẹ bên chàng,
Tỳ bà đây một cây đàn ngày xưa.
Bức tranh hôm sớm phụng thờ,
Dù con lưu lạc bao giờ dám quên.
Tỳ bà gởi chút tài riêng,
Dọc đường đàn hát kiếm tiền độ thân.
Tuổi son sớm đã thanh bần,
Trời xanh còn bắt phong trần nữa đây.
Vàng người đắm, rượu người say,
Lòng này ai biết, thân này ai thương.

16. Tỳ bà ai oán vì ai

Trước khi từ biệt gia hương,
Nàng làm một lễ cáo tường vong linh.
Gọi là bát nước lưng canh,
Bốn bên cha mẹ thấu tình cho con.
Dưỡng, sinh, tống, tử đã tròn,
Con xin lặn lội nước non tìm chồng.
Làm người có thủy có chung,
Cúi không thẹn đất, ngửa không thẹn trời.
Sống đâu không thẹn với đời,
Chết đi không thẹn với người cõi âm.
Cúi đầu quỳ lạy bốn thân,
Gieo cầu rút đất cho gần dặm xa.
Giữa đường tai nạn thì qua,
Trường An chả mấy chốc mà đến nơi.
Tìm chàng để gặp mà thôi,
Chắc chi đồn đại như lời người ta.
Thăm xong phần mộ hai nhà,
Ngũ Nương lủi thủi bước ra khỏi làng.
Trên đầu hai nếp khăn tang,
Một tờ tranh một cây đàn tả tơi.
Mùa đông rét cắt da trời,
Gió giàn trước mặt, sương phơi đầy đồng.

Một thân sương gió não nùng,
Bờ đê: này chỗ đưa chồng năm xưa.
Gió se tơ liễu bơ phờ,
Nàng còn dừng lại ngẩn ngơ nỗi mình.
Bỗng nhiên dĩ vãng hiện hình,
Ngày xưa - Ôi! Thuở thanh bình còn đâu:
Vườn hoa đua nở muôn màu,
Tử tiên, hồng phấn, tú cầu, đỗ quyên.
Cha thương mến, mẹ dịu hiền,
Bỏ con thơ dại cõi tiên vội về.
Vườn nhà chăm chút sớm khuya,
Mùa đào đỏ nụ, mùa lê trắng ngần.
Người nào đứng đó băn khoăn,
Duyên đâu chỉ Tấn, tơ Tần lại xe.
Cái đêm hôm ấy đêm gì?
Chén đâu hợp cẩn cung tỳ lương duyên.
Nắng hồng đã tỏ gương sen,
Động phòng sực nhớ mùi hương[1] động phòng.
Song song đấy vợ đây chồng,
Say sưa đắp những đường vòng cánh tay.
Lời thề như thể hát hay,
Muốn đem tài sắc dựng ngay nhà vàng.
Ái ân thiếp thiếp, chàng chàng,
Đắm say đến nỗi không màng công danh.
Nửa đêm vấn lại tóc xanh,
Đưa chồng đây chốn trường đình là đây.
Người đi ngót một thu nay...
Ôi! Ngày xưa chỉ là ngày, ngày xưa!
Bây giờ nói đến bây giờ,
Có như cả một bài thơ não nùng.
Nghĩ câu phận gái chữ tòng,
Đầu tang tóc rối, tìm chồng phương xa.
Cũng liều đất khách xông pha,
Mai đây thân phận rồi ra thế nào.

---

1 Chữ *hương* không hiệp vần, nhưng không đoán được đúng ra là gì.

Ngại ngùng bước thấp bước cao,
Mắt xanh lệ ứa, má đào châu sa.
Ngổn ngang rừng khổ rừng già,
So le đường khổ cùng là đường cong.
Xạc xào chợ vẫn bên sông,
Tiều phu khói củi, mục đồng than trâu.
Đò nan cắm lẻ bến sầu,
Chiều đông trời cũng ngả màu biệt ly.

Mái tranh khói nổi sắc chì,
Bộ hành đã tắt người đi sang cầu.
Chàng ơi! Chàng ở về đâu?
Xa xôi có rõ tình nhau thế này.
Khi xưa đôi lứa sum vầy,
Bây giờ ra kẻ ăn mày ăn xin.
Đây không lẻ gạo quan tiền,
Mà trong lòng cái ưu phiền chan chan.
Ví mà chàng đã cao sang,
Còn thương đến kẻ cơ hàn này không?
Nhớ chăng tình nghĩa vợ chồng,
Nhớ chăng lời hẹn hoa phòng đêm xưa?
Mây đùn trời lập cơn mưa,
Ngũ Nương tìm chốn ngủ nhờ qua đêm.

Năm canh gan héo ruột mềm,
Năm canh mưa rỏ nát thềm nhà ai.
Sáng sau chẳng quản đường dài,
Lại bơ vơ, lại lạc loài, lại đi.
Thấy đâu đình đám hội hè,
Rẽ vào đàn hát dở nghề kiếm ăn.
Trường An đâu phải đường gần,
Hồng nhan còn phải phong trần bao nhiêu.
Tha hương lội suối băng đèo,
Người đi chỉ bóng cùng theo với người.

Tỳ bà ai oán vì ai,
Nước non lặn lội xa khơi tìm chồng.
Nắng mưa dầu dãi má hồng,
Đắng cay chà xát tấm lòng xuân tơ.
Đường trần khăn gói gió đưa,
Tiền rơi thiên hạ, cơm thừa người ta.
Suối vàng mẹ mẹ cha cha,
Ngờ đâu thân phận con ra thế này.

Thành xiêu cờ đổ bóng gầy,
Bên sông gấp gấp tiếng chày giặt sa.
Mưa bay đồi núi phai nhòa,
Tiếng chuông sơn tự, canh gà ải quan.
Đôi vườn cúc nở mơ màng,
Hiu hiu giãi một sắc vàng buồn tênh.
Ngang đường quán rượu chênh vênh,
Long đong vó ngựa trôi nhanh xuống đồi.
Xóm làng rải rác nơi nơi,
Lụa người người dệt, con người người ru.
Thị thành cát bụi bay mù,
Ngổn ngang một lũ trong tù đào sông.
Dằn dà đã hết mùa đông,
Cỏ cây e ấp giữa lòng lá non.
Xuân về khắp cả giang sơn,
Đã hay cửa cũ xanh dờn lầu xưa.
Đón xuân thiên hạ nhởn nhơ,
Leo đu ngoài nội đề thơ trong đình.
Xôn xao gái tốt trai lành,
Thương ôi! Tiều tụy một mình Ngũ Nương.
Hỏi thăm từng một độ đường,
Bao lâu rồi chẳng đến Trường An cho.
Lem nhem mặt bụi mày tro,
Mắt thơ kém biếc má thơ nhạt đào.
Đêm sương ngày nắng từ bao,
Ốm o thục nữ xanh xao liễu bồ.

Gặp kỳ Nguyên Đán bấy giờ
Ngũ Nương rán sắm đủ đồ hương hoa.
Treo tranh lên một gốc đa,
Lại quay về hướng quê nhà phương đông:
- Có thương con trẻ long đong,
Phù cho gặp được mặt chồng nay mai.
Dù chàng ăn ở đơn sai,
Cũng xin chẳng dám nửa lời làm chi.
Hay hèn đành thói nữ nhi,
Lỡ ra thôi có tiếc gì thân con.
Cốt sao tình hiếu vuông tròn,
Cốt sao giữ tấm lòng son vẹn toàn.
Giàu sang cũng thế nghèo nàn,
Chết đi cũng đến hai lần tay không?

Tử phần[1] rỏ lệ ngùi trông,
Đường xa dặm thẳm cỏ bồng lại bay.
Lần hồi đàn hát đó đây,
Mùa xuân hết chín mươi ngày như chơi.
Nắng lên đã chói quê người,
Tiền sen đã đúc xanh tươi mặt hồ.
Nghe đồn sắp đến kinh đô,
Ngũ Nương lòng những nửa lo nửa mừng.
Phần lo duyên phận nửa chừng,
Tay nâng chén muối, dĩa gừng[2] nhớ quên?
Phần mừng mai mốt Trạng Nguyên
Tha hương gặp gỡ vợ hiền thủy chung,
Bấy lâu cách mặt xa lòng,
Mẹ cha đã khuất mà chồng chẳng hay.
Chàng nên danh phận dường này,
Mồ hai thân đã mọc đầy cỏ xanh.
Biết bao công đức sanh thành,
Làm con phải nhớ lấy tình mẹ cha.

---

1 Tử phần (梓枌): cây thị và cây phần, chỉ quê nhà, chốn cố hương.
2 Ca dao: ... gừng cay muối mặn xin đừng phụ nhau.

17. Nhất tâm bỏ ngãi quên vàng

Trống chiêng rộn rã nẻo xa,
Dường như ở đó người ta hội chùa.
Ngũ Nương thân thể mỏi rừ,
Lòng suông từ sáng đến giờ chưa ăn.
Tìm đường cố gắng dừng chân,
Rẽ vào đàn hát qua lần lấy no.

Đến nơi quả thực hội chùa,
Thiện nam tín nữ đông như kiến đàn.
Ngũ Nương cất nhẹ tiếng vàng,
Dạo lên một khúc đoạn tràng quen tay.
Tiếng đàn đậm nhạt mây bay,
Nhặt thưa gió quyện vơi đầy triều âm.
Bỗng không vò võ cung Hằng,
Bỗng không nổi sóng đất bằng cung Ngô.
Bỗng không cát trắng đất Hồ,
Bỗng không nước đục đôi bờ sông Ngân.
Như xa thôi lại như gần,
Cao dần lại thấp, thấp dần lại cao.
Hát rằng:

  - Chín chữ cù lao,
  Làm con phải trả thế nào hỡi ai!
  Con nuôi cha mẹ kể ngày,
  Mà công cha mẹ xem tày bể non.
  Thiếp tôi mười sáu tuổi son,
  Vợ chồng sum họp mới tròn hai trăng.
  Chồng tôi ứng thí Trường An,
  Sớm trông chiều ngóng đã tàn thu đông,
  Phận nuôi cha mẹ thay chồng,
  Dám đâu quỳ hoặc trái lòng hôm mai.
  Đỗ xanh mọc kín bãi rồi,
  Một năm đằng đẵng chồng tôi không về.

Một mình cấy mướn may thuê,
Gặp năm kém đói giữa khi thanh bần.
Lấy gì phụng dưỡng hai thân,
Mẹ cha lại bỏ cõi trần mà đi.
Đem lòng tử biệt sinh ly,
Mỗ công cô đắp quản gì một thân.
Một tờ tranh, một cây đàn,
Đi hành khất tới Trường An tìm chồng.
Biết rằng có gặp nhau không.
Biết rằng gặp có một lòng như xưa.
Thôi thì thân gái hạt mưa
Vũng lầy giếng ngọt cũng chờ người ta.
Nửa năm bỏ cửa bỏ nhà,
Nằm gai nếm mật đường xa dặm dài.
Lòng này than thở cùng ai,
Chàng ơi! Sao chẳng đoái hoài quê hương?
Hay gì lưu lại bốn phương,
Nhớ câu "phụ mẫu tại đường" hay quên?
Hay là bầu rượu nắm men,
Mảng vui quên hết lời em dặn dò.
Dù chàng phú quí kinh đô,
Mà hai thân đã yên mồ từ lâu.
Vậy thì chín chữ cù lao,
Chàng ơi! Trả đến kiếp nào cho xong?

Tay run giọng yếu não nùng.
Người nghe ai cũng chạnh lòng rơi châu.
Còn đương giọng ướt tỏ sầu,
Trống cờ rộn rã từ đâu tiến vào,
Mọi người nhốn nháo xôn xao,
Giạt ra nhường lối võng đào kiệu hoa.
Vợ chồng quan Trạng tân khoa.
Hiệu còi dọn bước, tiếng loa dẹp đường.
Ngũ Nương đứng nép bên đường,
Trông lên thật đã rõ ràng, than ôi!

Xa nhau mới một năm trời,
Người ngồi trên kiệu phải người đâu xa.
Người ngồi trên kiệu trông ra,
Giật mình nhận thấy để mà quay đi.
Võng sau vây kín nữ tỳ,
San hô cẩn bánh, lưu ly buông mành.
Ngũ Nương ngờ cả mắt mình,
Hỏi người bên cạnh xem hình thực hư.
Người rằng:
- Con rể Thái Sư,
Vợ chồng ý hẳn vào chùa hành hương.

Nàng rằng:
- Tôi kẻ viễn phương.
Xin cho được biết tỏ tường họ tên.

Người rằng:
- Đệ nhứt uy quyền,
Ông này vừa đỗ Trạng Nguyên năm rồi,
Chính tên là Thái Bá Giai,
Rể quan Thừa Tướng ai mà không hay!

Ngũ Nương nghe hết lời này.
Ruột gan thắt quặn, mặt mày tối tăm.
Thôi, thôi, thôi chẳng còn nhằm,
Đứng đây nào có phải nằm chiêm bao?
Bây giờ chức trọng quyền cao,
Vợ con Thừa Tướng ai nào nhớ ai?
Hỡi ơi! Được cá quên chài,
Được cây quên búa, được người quên ta.
Được rày quên mẹ, quên cha,
Đến như phụ mẫu, nữa là phu thê.
Khi xưa nói nói, thề thề,
Bây giờ bẻ khóa trao chìa cho ai.
Duyên mình đến thế thì thôi,
Cam thân nghèo khổ mặc người giàu sang.

Nhất tâm bỏ ngãi quên vàng,
Công hầu khanh tướng cũng bằng vất đi.
Đã lầm một chữ vu quy,
Thân này thôi dám bận gì đến ai?
Uổng đời quần vải thoa gai?
Qua đường hờ hững con người ăn xin.
Nàng bèn cắn ngón tay tiên,
Dở tranh cha mẹ viết lên vài dòng:

  Tôi Ngũ Nương họ Triệu,
  Quê ở quận Trần Lưu.
  Vợ chồng hai tháng mới cùng nhau,
  Nam Bắc đôi nơi đà cách rẽ,
  Phận là gái vì chồng nuôi bố mẹ,
  Nhà thì nghèo nhiều nỗi đáng thương tâm,
  Khi dưỡng sinh ăn cám để nhường cơm,
  Lúc tống tử lo ma mà cắt tóc,
  Lòng thiếu phụ tơ vò chín khúc,
  Mồ công cô tay đắp hai ngôi.

  Khúc tỳ bà ai oán vì ai,
  Nước non lặn lội xa khơi tìm chồng.[1]

Nàng tìm đến chốn trai phòng,
Đưa tranh quỳ lạy sư ông cậy lời.
- Từ bi người hãy vì tôi,
Dâng tranh này tới mặt người Trạng Nguyên.
Dù người có hỏi căn duyên,
Xin ngài đừng có nói thêm lời nào.

Trường An xe ngựa xôn xao,
Phơi đầy gấm vóc, chất cao bạc vàng.
Vui rực rỡ, sướng huy hoàng,
Cái giàu vô tận, cái sang vô cùng.
Bỏ quên đây cái thủy chung,
Bỏ quên đây một tấm lòng bơ vơ.

---

1 Đoạn nói lối này do Nguyễn Bính trích nguyên văn từ vở kịch **Truyện Tỳ Bà** của Đoàn Tư Thuật và Nguyễn Khắc Hiếu.

18. Nàng đi hạc nội mây ngàn

Nàng đi trong bóng chiều mờ,
Nàng đi trong tiếng chuông chùa ngân nga.
Nàng đi với chiếc tỳ bà,
Nước non thôi hết ai là tri âm.
Nàng đi từng bước âm thầm,
Đầu xanh tóc ngắn áo chàm màu tang.
Nàng đi hạc nội mây ngàn,
Bóng đêm vùi lấp bóng nàng, rồi thôi.
Chập chờn ánh lửa ma trơi,
Từ nay thực có một người bị quên.
Sang sông trót lỡ chuyến thuyền,
Tiếng tỳ bà có nổi lên lần nào!
Hay là huyền tuyệt diệu cao,
Nghìn thu chẳng để lọt vào giai nhân.

Từ khi lạc với cây đàn,
Chẳng ai còn thấy bóng nàng Ngũ Nương.

Phụ Lục

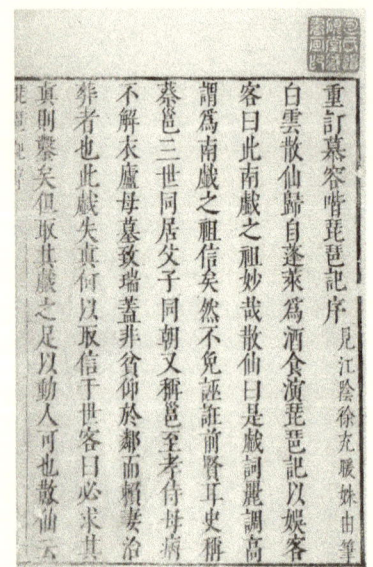

Tượng Cao Minh, Viện Bảo Tàng Trung Quốc.

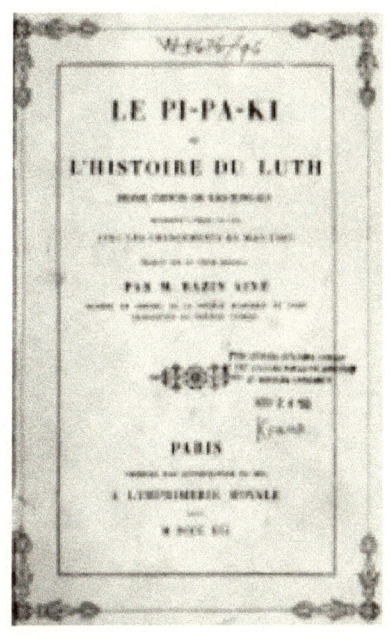

www.ingramcontent.com/pod-product-compliance
Lightning Source LLC
Chambersburg PA
CBHW022123080426
42734CB00006B/225